சொற்செயலி

முதன்மை ஆசிரியர்

திருமதி. வெ.சுகந்தி நாடார், நிறுவனர்

தமிழ் அநிதம் , அமெரிக்கா.

இணை ஆசிரியர்

முனைவர் பா.பொன்னி,

இணைப்பேராசிரியர் மற்றும் துறைத்தலைவர்,

தி ஸ்டாண்டர்டு ஃபயர் ஒக்ஸ் இராஜரத்தினம் மகளிர் கல்லூரி(தன்னாட்சி),

சிவகாசி. விருதுநகர் மாவட்டம்.

Tamil unlimited LLC

10 Maybelle court Mechanicsburg PA17050 USA

tamilunltd@gmail.com

ISBN : 979-8-9881619-8-1

முதல் பதிப்பு : டிசம்பர், 2023.

நூலின் அளவு : 1 X 8 டெம்மி

விலை : ரூ.70/-

பதிப்புரிமை

TAMIL UNLIMITED

10,MAYBELLE COURT

MECHAINCSBURG PA 17050

USA

அச்சிட்டோர் : நித்ய தர்ஷினி கம்ப்யூட்டர்ஸ்,

13J, முருகன் காலனி, சிவகாசி.

தொலைபேசி : 8098361229

தமிழ்அநிதம்(அமெரிக்கா), மற்றும் சிவகாசி, தி ஸ்டாண்டர்டு ஃபயர் ஒர்க்ஸ் இராஜரத்தினம் மகளிர் கல்லூரியின் முதுகலை மற்றும் தமிழாய்வுத்துறை இவற்றிற்கு இடையிலான புரிந்துணர்வு ஒப்பந்தத்தின் அடிப்படையில் இணைந்து வெளியிடப்படும் நூல்)

Table of Contents

1. கணினியில் தமிழ் தட்டச்சு

1)

இன்று கணினியிலும் திறன்பேசிகளிலும் தமிழ்த் தட்டச்சு செய்வது அனைவருக்கும் மிக எளிதாக உள்ளது. பயனர்கள் தங்கள் எண்ணங்களைப் பிறருக்குத் தெரிவிக்கக் கணினி மற்றும் காகிதங்களைப் பயன்படுத்தினாலும் அச்சுநூல்களைத் தயாரிக்கக் கணினியிலுள்ள சொற்செயலியைப் பயன்படுத்துகின்றனர். ஆனால் கணினித் திரையில் காகிதத்தில் சரியாக வந்தால் போதும் என்ற நிலையில் பலர் கணினியை தட்டச்சு இயந்திரமாகத் தான் பயன்படுத்துகின்றனர். சொற்செயலியின் பணிகளில் தட்டச்சு என்பது ஓர் அங்கம் தான். தட்டச்சோடு, சில சிறப்புப்பணிகளையும் செய்ய சொற்செயலி உதவிசெய்கிறது.

ஒரு சொற்செயலியைத் தட்டச்சு இயந்திரமாக மட்டும் பயன்படுத்துவது என்பது விரலும் மணலும் எழுதுவதற்கு மட்டுமே என்று செயலாற்றுவது போன்றது. விரல், மணல் இரண்டும் செய்யும் பல பணிகளில் எழுதுவது என்பது மிகச் சிறிய சாதாரணப் பணிதான்.அது போல கணினியில் தட்டச்சு செய்வது என்பது ஒரு பகுதி தான். அதனைத் தாண்டி பலநிலைகளில் நாம் கணியைப் பயன்படுத்த இயலும்.

எழுத்துகளின் வரலாற்றில் அவற்றின் வளர்ச்சியில் இருக்கும் செயல்பாடுகள் அனைத்தையும் சொற்செயலியின் உதவியோடு தனி மனிதனால் உருவாக்க முடியும். அதற்கான அறிமுகமாக இந்நூல் அமைகிறது. இந்நூல் வழி பதிப்பகத்தாருக்காக ஓர் ஆய்வு நூலைத் தயாரிக்கும் வழிமுறைகளுக்கான விளக்கங்களையும், அவற்றிக்கான பயிற்சிகளையும் பெற்றுக் கொள்ளலாம். சொற்செயலி பற்றிய பொது அறிவை மேம்படுத்திக் கொள்வதோடு, இணையத்திற்கும் அதற்கும் மேம்பட்ட தொழில் நுட்பங்களுக்குத் தரவுகளை எடுத்துச் செல்லும் வழிகளையும் தெரிந்து கொள்ளலாம்.

ஒரு சொற்செயலியின் பணிகள் தட்டச்சில் தொடங்கி, வலைப்பதிவுகளாக மாறி, ஓர் எளிய நிரலாக்கச் செயலியாக செயல்படுகின்றது என்பதை , தமிழ் தட்டச்சு அதன் பலவிதப் பயன்பாடுகள், சொற்செயலியின் அடிப்படைப் பணிகள், சொற்செயலியின் சிறப்புப் பண்புகள், எளிதாக ஆய்வு நூலாக்கம், மைக்ரோசாப்ட் சொற்செயலியின் சிறப்பம்சங்கள் என்ற அடிப்படையில் இந்நூல் விளக்குகிறது.

எழுத்துகள் பதிவு செய்யப்பட்ட முறைமை:

கற்காலத்தில் பாறை ஓவியங்களாகவும், பண்டைக் காலத்தில் களிமண்ணிலும் ஓலைச்சுவடிகளிலும் கருத்துக்கள் பதிவு செய்யப்பெற்றன. பண்டைகாலத்தில் ரோமானியாவில் களிமண் பலகைகளும், தமிழ் நாட்டில் ஓலைச்சுவடிகளும், எகிப்தில் பப்பயரெஸ் (*papyrus*) எனப்படும் புல்லிலான தாள்களும், சீனாவில் பண்டையச் சீனர்கள் பயன்படுத்திய அரிசிக் கஞ்சிலிருந்து உருவானக் காகிதங்களும்(*rice paper*) மாயன்கள் பயன்படுத்திய மரப்பட்டைகளும் எழுதப் பயன்படுத்தப்பட்டன. ஆனால் இவற்றில் எழுதுதல் சிரமமானது. சில கலாச்சாரங்களில் எழுதுவதற்கு இருவர் தேவைப் பட்டிருக்கின்றனர். அதனால் இந்த எழுத்து முறை வித்தகர்களுக்கே உரியதாகக் கருதப்பட்டது.

பழங்காலத்தில் எழுத்துக்கலை என்பது பொது மக்கள் அண்டுவதற்கு சிரமமான கலையாக இருந்திருக்கலாம் . காகிதத் தொழில்நுட்பம் பயன்பாட்டிற்கு வருவதற்கு முன் அப்படிப்பட்ட நிலை இருந்தது என்பதற்கு இடைக்கால ஐரோப்பாவில் வரலாற்றுச் சான்றுகள் உள்ளன. இடைக்கால ஐரோப்பாவின் எழுத்து முறை ஓர் ஓவியக் கலையாகவே பார்க்கப்பட்டது. மத்திய காலம் என்று வரலாற்றில் அழைக்கப்படும் பன்னிரெண்டாம் நூற்றாண்டு மற்றும் பதினைந்தாம் நூற்றாண்டுக்கு இடைப்பட்ட காலத்திலும், ஐரோப்பாவின் மறுமலர்ச்சி என்று குறிப்பிடப்படும் பதினான்காம் நூற்றாண்டு மற்றும் பதினாறாம் நூற்றாண்டுக்கு இடைப்பட்ட காலத்திலும், எழுதுவது ஒரு கலையாகவே மாறியது. இவ்விரு காலகட்டங்களில் ஐரோப்பிய நாடுகள் அறிவியல் புரட்சி, கலைகளின் மறுமலர்ச்சி, சுதந்திர சிந்தனை என்று மனிதத்தை, மீட்டு எடுக்கும் முயற்சிகளால் உருவான நூல்கள் இன்று வரை கலைப் பொக்கிஷமாகவே பார்க்கப்படுகின்றன.

தொடக்க காலத்தில் எழுத்துக்கள் எழுதப்பட்ட முறைமை:

ஆரம்ப காலங்களில் சுண்ணாம்புக் கலவையில் பதனிடப்பட்டு, இழுத்துப்பிடித்துக் காய வைத்த வரைதோல்களில் பறவையின் இறகுகளால் மைகொண்டு எழுதி, அவ்வெழுத்துக்கள் தங்கம் வெள்ளி போன்ற உலோகங்களால் ஒளிரூட்டப்பட்டன. இவ்வாறு எழுதப்பட்ட வரைதோல்கள் கையால் தைக்கப்பட்டு இரு மரப் பலகைகளுக்கு இடையே பொருத்தப்பட்டன. உலோகங்களின் ஒளிரும் தன்மையால் இவை ஒளிர் கையெழுத்து நூல்கள் *(illuminated manuscript)* என்று அழைக்கப்பட்டன. இவ்வாறு இத்தோல் வரையோலைகளை உருவாக்கும் முறை மடாலயத் துறவிகளுக்கு மட்டுமே தெரிந்த கலையாக இருந்தது.

எழுதுவதற்காக ஒரு பொருள், எழுத்தைப் பதிவு செய்வதற்காக ஒரு பொருள் என்று இரு வேறுபட்ட கருவிகள் தயாரிப்பதில் மடாலயத் துறவிகள், ஒரு நூலாக்கத்தில் அடி முதல் நுனி வரை அறிந்தவர்களாக இருந்தனர். எழுத்து வடிவங்கள் எவ்வாறு உலகெங்கும் மாறுபட்டு இருந்ததோ, எழுத்துக்களைப் பதிய வைக்கும் முறைகளும் காலத்திற்கேற்ப மாறுபட்டு இருந்தன. பாறைகள் , களிமண் ஓலைகள், பதனிடப்பட்ட தோல், பட்டுத் துணிகள் என்று பலதரப்பட்ட மேற்பரப்புகள் எழுதப்படும் கருவிகளாக இருந்தன. காலம் மாற மாற மரத்தூள், நைந்த துணித்துகள் ஆகியவற்றைக் கொண்டும் எழுதுகின்ற பரப்புகள் கைகளால் தயாரிக்கப்பட்டன. எளிதில் கிடைக்கும் பொருட்களால் எழுதப்படும் மேற்பரப்புகள் உருவாக்கப்பட்டதால் எழுத்துக்கலை தன் குறுகிய வட்டத்திலிருந்து விடுபட்டு விரியத் தொடங்கியது. ஆலைகளைக் கொண்டு தொழிலாளர்களால் காகிதங்கள் உருவாகத் தொடங்கின.

காகிதத் தோற்றத்தின் விளைவான வளர்ச்சிநிலை:

தொடக்ககாலத்தில் எழுத்துக் கலை, அரசர்களுக்கும் மதபோதகர்களுக்கும் சில அறிஞர்களுக்கும் சொந்தமானது என்ற நிலையில் இருந்தது. பிற்காலத்தில் பொதுமக்களின் ஒரு கருவியாக செயல்படத் தொடங்கியது. ஆனாலும் மனித வளங்களைக் கொண்டே ஆலைகள் இயங்கியதால், காகிதம் தனவந்தர்களின் ஆடம்பரப் பொருளாகப் பார்க்கப்பட்டது. நவீன காலத்தின் தொடக்கத்தில் காகிதம் ஒரு புதிய தொழில்நுட்பமாக அறிமுகமானது. இக்காலகட்டத்தில் இரு தொழில்நுட்பங்கள் நூல் தயாரித்தல், எழுதுகலை இரண்டையும்

மாற்றி அமைத்தன. முதலாவது, அச்சு இயந்திரக் கண்டுபிடிப்பு. இரண்டாவது , காகித ஆலை. மரக்கூழால் உருவாக்கப்பட்ட காகிதங்கள் புழக்கத்தில் இருந்தாலும் அச்சடிக்கும் இயந்திரம் கண்டுபிடிக்கும் வரை நூல்கள் கையெழுத்துப் பிரதிகளாகவே இருந்தன, அசல் நூலும் அதன் பிரதிகளும் கையெழுத்தாகவே தயாரிக்கப்பட்டன.

அச்சு இயந்திரக் கண்டுபிடிப்பு:

ஆயிரத்து நானூறுகளில் ஜோனாஸ் கூட்டன்பர்க்(Johannes Gutenberg) என்பவர் முதல் முதலில் அச்சடிக்கும் இயந்திரத்தைக் கண்டுபிடித்தார். இதில் ஆங்கில எழுத்து வடிவங்களை ஒவ்வொன்றாக மரப் பாளங்களில் செதுக்கி மையைத் தோய்த்து, தனித்தனியாக மர அச்சுஎழுத்துக்கள் ஒவ்வொன்றையும் தனித்தனியாக சீராக அடுக்கி வைத்து, அந்த மரப்பலகை மேல் காகிதத்தைப் போர்த்தினர்.அவை கனமான இன்னொரு மரப்பலகையால் அழுத்தப்பட்டு, எழுத்துக்கள் அச்சடிக்கப்பட்டு வெளிவந்தன. எழுத்துக்களை வரிசையாக அடுக்கி, ஒரு சொல் உருவாக்கப்பட்டது. ஒவ்வொரு சொல்லாக வாக்கியங்கள் உருவாயின. சாய்வெழுத்துக்களை உருவாக்க வேண்டுமென்றால் அதற்கான மர அச்சுக்களை உருவாக்க வேண்டும். தடித்த எழுத்துக்களில் தேவை என்றால் அதற்காக தனியாக மர அச்சுக்கள் தயாரிக்கப் பட வேண்டும். அக்காலத்தில் எழுத்துக்களை ஓவியமாக வரைந்து அலங்காரமாகத் தோற்றமளிக்க வைக்கும் எழுத்துருக்களை உருவாக்கும் கலைஞர்கள் உருவாயினர். கையெழுத்துப் பிரதிகளின் தயாரிப்பைக் காட்டிலும், இம்முறையில் நூல்கள் விரைவாக உருவாகின.

காகிதம் அரசர்களுக்கும், மதபோதகர்களுக்கும் , சில அறிஞர்களுக்கும் உரியது என்ற நிலை மாறி, காகிதத்தை அதிகமாகவும் வேகமாகவும் உற்பத்தி செய்ய நிக்கோலஸ் லூயீஸ் இராபர்ட் உருவாக்கிய இயந்திரம் பயன்பட்டது. பிளேக் தொற்று நோயால் ஐரோப்பா , மரணத்தின் பிடியில் இருந்த போது 1799 ஆம் ஆண்டு பிரான்ஸ் தேசத்தை சேர்ந்த நிக்கோலஸ் லுயீஸ் இராபர்ட் என்பவர், தான் மேலாளராக இருந்த காகித ஆலையில் ஏற்பட்ட தொழிலாளர்கள் பற்றாக்குறையை நீக்க ஓர் இயந்திரத்தைக் கண்டுபிடித்தார். அதுவே இன்றைய அச்சகங்களில் பயன்படுத்தும் இயந்திரத்திற்கு அடிப்படை எனலாம்.

காகிதத்தில் அச்சிடுவது, பத்தொன்பதாம் நூற்றாண்டின் முதல் பாதிவரை பற்பல மாற்றங்களை அடைந்து, 1946 இல் இரண்டாம் உலகப்போரின் போது கணினி கண்டுபிடிக்கும் வரை வழக்கத்தில் இருந்தது. அச்சு இயந்திரக் கண்டுபிடிப்பிற்கும் கணினிக் கண்டுபிடிப்பிற்கும் இடைப்பட்ட காலத்தில் அச்சு இயந்திரத்தை அடிப்படையாகக் கொண்ட தட்டச்சு இயந்திரம் உருவாக்கப்பட்டது. இன்று நாம் பயன்படுத்தும் விசைப்பலகையின் முன்னோடியான தட்டச்சு இயந்திரம் 1500 ஆம் ஆண்டுகளில் பார்வையற்றோருக்காகக் கண்டுபிடிக்கப்பட்டது, 1867 இல் கிறீஸ்தோபர் லத்தோசம் ஷோல்ஸ்(Christopher Latham Sholes) என்ற அமெரிக்கர் நாம் இன்றளவும் பயன்படுத்தும் தட்டச்சு இயந்திரத்தைக் கண்டுபிடித்து, அதன் செயல்பாடுகளை, செம்மைப் படுத்தவும் செய்தார்.

சொற்செயலி:

இவ்வாறாக நூற்றாண்டுகள் எடுத்துக் கொண்டு உருவாகிய காகிதம், அச்சு இயந்திரம், தட்டச்சு ஆகிய மூன்றுதொழில்நுட்பங்கள் தான் சொற்செயலி மென்பொருள் உருவாக அடிப்படையாக இருந்தன எனலாம். எழுதும் கருவி, எழுதப்பட்ட கருவி, அச்சடிக்கும் கருவி

இம்மூன்று தொழில்நுட்பங்களின் அடிப்படையில் உருவாக்கப்பட்ட கணினித் தொழில்நுட்பம் இன்று இம்மூன்றையும் தன்னுள் அடக்கித் திறன் பேசிகளில் வலம் வருகின்றது. இன்றைய திறன்பேசிகள், கணினித் தொழில்நுட்பம், இயந்திரத் தொழில்நுட்பம் எனும் இரண்டு தொழில்நுட்பங்களாலும் செயல்படுகின்றன. திறன்பேசிகளைப் பயன்படுத்தும் பயனர்கள் பலர் இருந்தாலும் அவாகள் தமிழில் கணினியில் தட்டச்சு செய்யவும், அவற்றை அச்சு எடுப்பதற்கும் மிகவும் சிரமப்படுகின்றனர். இன்று பலர் கணினியில் தட்டச்சு செய்வது மட்டுமே ஒரு சொற்செயலியின் வேலை என்ற வகையில் தான் கணினியை பயன்படுத்துகின்றனர்.

ஒரு தட்டச்சு இயந்திரமாகவே கணினியைப் பார்த்தாலும் கூட கணினி தன் சேவைகளில் தனிச்சிறந்து விளங்குகின்றது. தட்டச்சு இயந்திரத்தால் செய்ய இயலாத, ஆனால் கணினியில் சொற்செயலியினால் செய்யக் கூடிய பணிகள் கீழே பட்டியலிடப்பட்டுள்ளன.

தட்டச்சு - கணினி வேறுபாடு:

தட்டச்சு இயந்திரத்தில் ஒரு மொழியில் தான் தட்டச்சு செய்ய முடியும் .ஆனால் கணினியில் பல மொழிகளில் தட்டச்சு செய்ய இயலும். அதே நேரம் உலகிலுள்ள அனைத்து மொழிகளிலும் கணினியின் ஒரே விசைப்பலகையைக் கொண்டும் தட்டச்சு செய்ய முடியும். கணினியின் விசைப்பலகைகள் பெரும்பாலும் ஆங்கிலத்திலேயே இருக்கின்றன. ஆனால் எந்த மொழியையும் தட்டச்சு செய்யக் கூடிய இடை முகங்கள், அகராதி, நிகண்டு, மொழிபெயர்ப்பு, பிழைதிருத்தி ஆகியவற்றை இயங்கு தளங்கள் கொடுத்துள்ளன. *Microsoft language pack* அல்லது *Libre office language pack* என்று தேடுபொறிகளில் தேடினால் அங்கு பயனருக்குத் தேவையான மொழி கிடைக்கும். இவற்றைத் தரவிறக்கிக் கொண்டால் ஆங்கில விசைப் பலகையைக் கொண்டே எந்த மொழியிலும் தட்டச்சு செய்ய முடியும்.

தட்டச்சு இயந்திரம் ஒரே அளவிலான ஒரே எழுத்துரு(font), கொண்டதாக இருக்கும். ஒரு தட்டச்சு இயந்திரத்தின் விசைப் பலகையில் உள்ள எழுத்துக்கள் ஏற்கனவே செதுக்கப்பட்ட எழுத்துக்கள். அவற்றை மாற்ற இயலாது. ஆனால் சொற்செயலியைப் பயன்படுத்தும் போது ஒரே சொல்லில் பல வகை எழுத்துருக்களையும் எழுத்துருவின் அளவையும் மாற்ற முடியும். கையெழுத்துப் பிரதிகளில் கலைநயத்தைக் காட்டும் எழுத்துக்களைப் போல எழுத்துருக்களையும், அதன் அளவையும் மாற்ற முடியும். காகிதத்தில் தட்டச்சு செய்யப்படும் உரை மேலிருந்து கீழாகவும், தட்டச்சு இயந்திரத்தின் உருளை இடமிருந்து வலமாக நகரநகர அத்திசையில் மட்டும் தான் உரை நகரும். சொற்செயலியில் உரையை நகலெடுத்து ஒட்டுவது போன்ற செயல்களால் உரையை எப்படி வேண்டுமானாலும் மாற்றிக் கொள்ளலாம்.

தட்டச்சு இயந்திரத்தில் உரைகளை மட்டுமே உருவாக்க இயலும். ஆனால் சொற்செயலியில் பதின்மூன்று வகையான விஷயங்களை செய்ய இயலும். உரையை ஆவணத்தின் எந்த இடத்திலும் இணைத்துக் கொள்ள முடியும். இதையெல்லாம் கூட ஓர் உரை ஆவணத்தில் இணைக்க முடியுமா என்று வியக்கும் படியாகப் பல்வேறு பொருண்மைகளை ஓர் ஆவணத்திற்குள் இணைத்துக் கொள்ளமுடியும். சான்றாகப் படங்களை இணைப்பது, அலங்காரச் சொற்களை உருவாக்குவது, எழுத்துப்பிழை இலக்கணப் பிழை பார்ப்பது, அகரவரிசையில் வரிசைப் படுத்துவது, கணினியில் தட்டச்சு செய்த ஆவணத்தை, உடனே ஓர் இணையப் பக்கமாக மாற்றுவது எனப் பல விஷயங்களைக் கணினித் தொழில்நுட்பம் பயனாளருக்குத் தருகிறது. இந்த வகையில் மைக்ரோ சாப்ட் வேர்ட், கூகுள்

ஆவணங்கள், ஆப்பிள் நிறுவனத்தின் பேஜஸ் திறவூற்று சொற்செயலி ரைட்டர். இந்த மூன்று வகை சொற்செயலிகளும் ஏறத்தாழ ஒரே மாதிரியாகச் செயல்பட்டாலும் அவற்றிற்கிடையே சில வேறுபாடுகளும் உள்ளன.

தட்டச்சு இயந்திரத்தின் பணிகளை அடிப்படையாகக் கொண்டு சொற்செயலிகள் உருவாக்கப்பட்டுள்ளன. ஒர் இயந்திர தட்டச்சு செய்யும் எல்லா வேலைகளையும், அதற்கு மேலான பணிகளையும் சொற்செயலிகள் செய்கின்றன. கணினியில் பல மொழிகளில், வடிவங்களில் எழுத்துருக்கள் கிடைக்கின்றன. சீனம், உருது எழுத்துக்களையும் கணினியில் சிறப்பாகத் தட்டச்சு செய்ய இயலும்.கீழிருந்து மேலாக, வலப்பக்கமிருந்து இடப்பக்கமாக என்று எப்படி வேண்டுமென்றாலும் எழுதிக் கொள்ளலாம். எந்த மொழியைச் சொற்செயலியில் பயன்படுத்தினாலும் அஃது ஒரே கணினியில் முடிந்து விடும். ஒரு மொழியில் தட்டச்சு செய்ததை இன்னொரு மொழிக்கு சொற்செயலி கொண்டே மொழிபெயர்த்துக் கொள்ள முடியும். ஆனால் தட்டச்சு இயந்திரத்தில் ஒவ்வொரு மொழிக்கும் ஒரு இயந்திரம் தேவையாக இருக்கும்.

தட்டச்சு இயந்திரத்தில் ஒரு மொழியில் தயாரான ஆவணத்தை வாசிக்க ஒரு பயனர் தேவைப்படுகின்றார். ஆனால் ஒரு கணினி எழுதி இருப்பதை இன்னொரு கணினி எளிதாகப் புரிந்து கொள்ளும். உதாரணத்திற்கு ஒரு பயனர் ஆங்கிலத்தில் ஆவணத்தைத் தயாரித்து இன்னொருவருக்கு அனுப்புகின்றார். ஆவணத்தைப் பெறுபவரின் இயங்குதளம் தமிழ் மொழி கொண்டு இயங்கினாலும், தான் பெற்றுக் கொண்ட ஆவணத்தை ஆங்கிலம் என்று உணர்ந்து, அக்கணினி திரையில் ஆவணத்தைச் சரியான மொழியில் காட்டும்.

கணினியில் ஒருங்குறியின் பயன்பாடு:

ஒரு சொற்செயலியைத் தட்டச்சு இயந்திரமாகப் பயன்படுத்தக் கூடாது என்பதற்கு முழு முதற்காரணம், கணினி பயனர் திரையில் இடும் எழுத்துக்களை, வெறும் விசைப்பலகையின் ஒவ்வொரு விசையையின் பிரதிநிதியாகப் பார்க்கின்றதா, அல்லது தட்டச்சு செய்யப்படும் எழுத்துக்களை ஒரு குறிப்பிட்டு விவரமாகச் சேகரித்து வைத்துக்கொள்கின்றதா என்பதைப் பொறுத்து அமைவதே ஆகும்.

கணினியில் ஒருங்குறியில் தட்டச்சு செய்யப்படும் போது கணினி தமிழ் எழுத்துக்களை எழுத்துக்களாகப் புரிந்து கொள்கின்றது. இதனால் திரையிலுள்ள விவரங்களைத் தரவுகளாகச் சேகரித்து வைத்துக் கொள்கின்றது.உதாரணத்திற்கு நமது சான்றுரை ஆவணங்களை ஒருங்குறி தட்டச்சு செய்திருந்தோமேயானால் சொற்செயலியே முறையான சரியான உருவரைப்படிவம் கொண்ட.xml ஆவணத்தையோ அல்லது .html என்ற இணையப்பக்கத்தையோ சொற்செயலியே உருவாக்கிக் கொள்ளும். இதே தமிழ் தட்டச்சு, பாமினி, ஒளவை போன்ற எழுத்துருக்களில் தயாரிக்கப்பட்டது என்றால் அது கணினித் திரையிலும் காகிதத்திலும் மட்டுமே தமிழாகத் தெரியும். கணினித் திரையில் இருப்பது காகித அச்சுக்குச் செல்கின்றதா அல்லது ஒர் இணைய ஆவணமாகவோ அல்லது மற்ற கணினிகள் வாசிக்கும் படி மாறுகின்றதா என்பது பயனர் சொற்செயலியைப் பயன்படுத்தும் வகையில் இருக்கின்றது. கணினியுகத்தில் இரண்டாம் கட்டமான செயற்கை நுண்ணறிவு உலகத்தில் உலகமே காலடி எடுத்து வைத்துவிட்ட பிறகு, கணினிக்குப் புரியாத ஒரு ஆவணத்தை உருவாக்குவதில் என்ன பயன்? எந்த பயனும் இல்லை.

எழுத்துருக்கள்:

பொதுவாக எழுத்து, எழுத்துருக்களின் வகைளை நான்கு விதமாகப் பிரிக்கலாம். எழுத்துக்களின் வகைகளைப் பற்றி விவரமாகத் தெரிந்து கொள்வதற்கு முன் யூனிக்கோடு என்று ஆங்கிலத்தில் அழைக்கப்படும் எழுத்துக்களின் மகள் ஒருங்குறியைப் பற்றி தமிழில் தட்டச்சு செய்பவர்கள் புரிந்து கொள்வது மிக அவசியம்.

ஒருங்குறி எழுத்துக்களையே உலகில் உள்ள எல்லா கணினிகளாலும் புரிந்து கொள்ள முடிகின்றது. எனவே தமிழில் தட்டச்சு செய்யும் போது ஒருங்குறி எழுத்துக்களைக் கொண்டே தட்டச்சு செய்ய வேண்டும். அச்சில் வெளிவரப் போகின்றது என்ற காரணத்தால் தனக்குப் பிடித்த, பயனாளர்க்கு பிடித்த எழுத்துருக்களைப் பயன்படுத்தித் தட்டச்சு செய்தால் படைப்புகளை மிக எளிதாக மின் நூலாகவோ, இணையம் சார்ந்த உலாவிகளுக்கு ஆன ஒருகோப்பாகவோ உருவாக்க இயலாது. பயனாளர் தட்டச்சு செய்த விவரங்களை மற்ற கோப்புகளாக மாற்றும் போதும் பெரிய அளவில் சிக்கல் ஏற்படும். இன்று பலர் பிடிஎஃப் கோப்புகளையே வைத்து தங்களது கருத்துக்களை கணினியில் பயன்படுத்திக் கொள்கின்றனர். இது மிக சிரமமான ஒரு வேலையாகும். ஏனெனில் ஒருங்குறியில் தட்டச்சு செய்த ஆவணங்களையே இணைய பக்கமாகவோ, மற்ற தொழில்நுட்பத் தேவைகளுக்காகவோ, மின் நூலாகவோ, சேமிப்பில் நூலாகவோ சேமித்து கொள்ள முடியும்.

தமிழ் ஒருங்குறி எழுத்துக்களில் தட்டச்சு செய்யப்படாத ஒரு ஆவணம், மனிதர்களுக்கு அச்சுக் காகிதத்தில் சரியாகத் தெரிந்தாலும் ஒரு கணினி எப்படி வாசிக்கின்றது என்பது கீழுள்ள எடுத்துக்காட்டின் மூலம் பார்க்கலாம்.

தமிழ் அநிதம்,

இராஜவீதி என்று பாமினி , அக்ஷயா, வானவில் போன்ற எழுத்துருக்களில் தமிழில் தட்டச்சு செய்யும் போது கணினி கீழே உள்ளபடி தான்

◆◆◆◆◆◆   ◆◆ﬄ◆◆◆◆◆◆◆◆◆◆◆◆   ◆◆ﬄ◆◆◆◆
◆◆ﬃ◆◆◆வு◆ ◆◆ﬄஅ◆◆◆Ⴎ◆

திருப்பிப் போட்டால், ◆◆◆◆◆◆   ◆◆ﬄ◆◆◆◆◆◆◆◆◆◆◆◆
◆◆ﬄ◆◆◆◆ ◆◆ﬃ◆◆◆வு◆ ◆◆ﬄஅ◆◆◆Ⴎ◆ என்று தான் கணினி புரிந்து கொள்ளும். அதாவது ஒவ்வொரு எழுத்துக்களுக்கும் உள்ள வேறுபாட்டைக் கணினி உணர்ந்து கொள்ளவே செய்யாது.

நாம் சொற்செயலியாய் அதன் வசதிகளைப் பயன்படுத்தி ஒருங்குறியில் எழுதினால், தமிழ் எழுத்துக்களை, தமிழ் எழுத்துக்களாகவே புரிந்து கொள்கின்றது. அது மட்டுமல்லாமல்

பெயர்

வீதி

ஊர்

அஞ்சல் எண்

ஆகியவற்றிற்கு

<விலாசம்>

<பெயர்>தமிழ் அநிதம்</பெயர்>

<வீதி> இராஜவீதி</வீதி>

<ஊர்>உள்ளூர்</ஊர்>

<அஞ்சல்எண்>123456</அஞ்சல்எண்>

</விலாசம்>

என்று நிரலர் எழுதினால், அதை அப்படியே இணையத்தில் அனுப்புகின்றது. இதனால் தரவுகளின் விவரங்கள் துல்லியமாகச் சேர்க்கப்படுகின்றன. உலகெங்கும் கணினிகளில் விவரங்கள் சரியாகப் போய் சேரும். இதுவரை பாமினி, ஐஸ்வரியா, ஒளவையார் போன்ற ஒருங்குறி இல்லாத எழுத்துக்களைக் கணினியால் புரிந்து கொள்ள இயலாததாலேயே பெரும்பாலானோர் தங்கள் ஆவணங்களை உலா இயக்க நிரம்பி*(pen drive)*யிலும் எடுத்துச் செல்கின்றனர்.

ஆங்கில மொழியில் உள்ள எழுத்துருக்களைப் போல தமிழில் வகைவகையான எழுத்துருக்கள் இல்லை என்றாலும், இன்று பிரபலமாக இருக்கும் அனைத்துக் கணினி நிறுவனங்களும் தமிழ் எழுத்துருக்களை உருவாக்கியுள்ளனர்.

மைக்ரோசாஃப்ட் 10 இயங்கு தளத்தில், ஆங்கில மொழிக்கென ஐம்பதுக்கும் மேற்பட்ட முக்கிய எழுத்துருக்களின் குடும்பமும்,*(typeface)* அக்குடும்பத்திற்குள்ளே சாய்வெழுத்துகள் , பருமனான எழுத்துக்கள் என ஏறத்தாழ நூறு எழுத்துருக்கள் கிடைக்கின்றன. இவை மட்டுமின்றி கணினியில் தட்டச்சு செய்யும் வசதியுள்ள அனைத்து மொழிகளுக்கென எழுத்துருக்குடும்பங்களும் உருவாக்கப்பட்டுள்ளன. தமிழ் மொழிக்கு லதா, விஜயா என இரு எழுத்துருக் குடும்பங்கள் மைக்ரோசாப்ட் விண்டோவில் உள்ளன. கூகுள் தளத்தில் உள்ள விவரத்தின் படி கூகுளில் ஆயிரத்து ஐநூற்று ஐம்பத்து ஏழு எழுத்துருக்கள் உள்ளன. இவற்றைக் கணினியிலும் இணையத்திலும் திறன்பேசிகளிலும் பயன்படுத்த முடியும். தமிழுக்கு என்று பதினான்கு எழுத்துருக் குடும்பங்கள் உள்ளன. ஆப்பிள் கணினிகளிலும் மற்ற இயந்திரங்களிலும் ஐநூறுக்கும் மேற்பட்ட எழுத்துருக்களை உருவாக்கியுள்ளது.

ஆப்பிள் நிறுவனத்திற்கு, அஞ்சல் தட்டச்சு இடைமுகத்தோடு இணையமதி என்ற தமிழ் எழுத்துருவும், அமேசான் கிண்டில் சாதனத்தில் தமிழ் மின்னூல்களை தரமிறக்கும் போது அந்த நூலோடு அதற்குத் தேவையான ஒருங்குறி எழுத்துருவும் தரமிறக்கப்படுகின்றன. *bookerly* என்ற எழுத்துரு ஆங்கிலம் அல்லாத பிற மொழிகளையும் காட்டும் ஒரு பொதுவான எழுத்துருவாக அமைகின்றது. மைக்ரோசாப்ட் லதா, *Arial Unicode MS*, விஜயா ஆகிய தமிழ் ஒருங்குறி எழுத்துருக்களைக் கொண்டுள்ளது. லிப்ரே ஆபிஸ்,மென்பொருளில் *Lucida Sans* என்ற எழுத்துரு தமிழுக்கும் இயங்குதள இயல்பு எழுத்துருவாக அமைகின்றது. கூகுள் ஆவணத்தைப் பயன்படுத்துபவர்களுக்குப் பத்து வகை தமிழ் எழுத்துருக்கள் கிடைக்கின்றன. *Noto Sans Tamil* என்ற தமிழ் ஒருங்குறி எழுத்துருக் குடும்பத்தைத் தரமிறக்கியும் பயன்படுத்திக் கொள்ளலாம்.

தமிழ் எழுத்துருக் குடும்பங்கள் என்று பார்க்கும் போது மொத்தமே ஏழு எழுத்துருக்குடும்பங்கள் தான். இவை தவிர ஒவ்வொரு இயங்கு தளத்திற்கும் பலர்

எழுத்துருக்களை உருவாக்கியுள்ளனர். அவற்றைப் பயனாளர் தனக்காக இணைய தளத்திலிருந்து தரவிறக்கம் செய்து கொள்ளலாம்.

தமிழுக்கான பொருண்மைகள் இணையத்தில் வலம் வர வேண்டும். இணையத்தில் வலம் வருவதற்கு வலைப்பூ, சமூகவலைதளங்கள், மின்னூல்கள், இணையப்பக்கங்கள் என்று பலவகைகள் உள்ளன. கணினியில் தட்டச்சு செய்த உரையை இணையத்தில் பதிவிடத் தேவையான அனைத்து ஆவணங்களும் ஒருங்குறியில் அமைவது அவசியம். புலனம் வழி பகிரப்படும் ஒரு குறுஞ்செய்தியாக இருந்தாலும் அமேசான் கிண்டில் கருவி/ குறுஞ்செயலிக்காக எழுதப்பட்டநூலாக இருந்தாலும் அது தமிழ் ஒருங்குறி எழுத்துக்களில் இருக்க வேண்டியது அவசியம்.

தமிழகத்தில் பலர் கணினியில் எழுத்துருக்களை உருவாக்கி இருந்தாலும், இன்று தமிழக அரசின் வெளியீடாக தமிழ் இணையக் கழகத்தில் தமிழ் ஒருங்குறி எழுத்துக்களுடன் டேஸ் எழுத்து*(TACE 16 Tamil All Character Encoding)* முறைகளும் வெளியிடப்பட்டு உள்ளன.

கணினி தமிழ் எழுத்துக்களை, தமிழ் எழுத்துக்களாக உணர்ந்தால் தான் தமிழ் கணிமையில் பல மாற்றங்களை மிக எளிதில் கொண்டு வர முடியும். ஒருங்குறி எழுத்துக்களிலும் கூடப் பல பிரச்சனைகள் உள்ளன. இன்று இயங்குதள நிறுவனங்களால் உருவாக்கப்படும் எழுத்துருக்கள், அந்தந்த சொற்செயலிகளில் உள்ள அனைத்து வேலைகளையும் செய்கின்றன. எழுத்துப்பிழை பார்ப்பது, தமிழ் அகராதிகளைப் பயன்படுத்தும் வசதி, உரையில் சொற்களைத் தேடுவது, உரையில் தேடி மாற்றுவது, பத்தி அமைப்புக்களை மாற்றுவது போன்ற செயல்கள் மிக எளிதாக சொற்செயலிகளால் சரியாகச் செயல்படுகின்றன.

தமிழுக்குக் கிடைத்துள்ள பல ஒருங்குறி எழுத்துருக்களைக் கொண்டு தற்போது ஆவணங்களை வேறு வேறு இயங்குதளங்களுக்கு ஆவணங்களைப் பகிர்ந்து கொள்வது மிக எளிதாக இருந்தாலும், சொற்செயலிகள் செய்யும் இன்னபிற வேலைகளுக்குச் சிக்கல் ஏற்படுகின்றது. பயனர் தன் விருப்ப ஒருங்குறியைப் பயன்படுத்தினாலும் சொற்செயலி தன் இயங்குதளத்தின் இயல்பான தமிழ் எழுத்துக்கே ஆவணத்தை மாற்றி விடுகின்றது. முக்கியமாகச் சொற்செயலியின் உதவியால் சொற்களைத் தேடி மாற்றுவது, அகரவரிசைபடி மாற்றுவது, போன்ற சில வேலைகள் இயங்கு தளங்களால் உருவாக்கப்படாத தமிழ் ஒருங்குறி எழுத்துருக்களுக்குப் பிரச்சனைகளாக உள்ளன. ஒவ்வொரு இயங்குதளமும் ஒரு குறிப்பிட்ட தமிழ் எழுத்துருவைத் தன்னுடைய இயல்பான தமிழ் ஒருங்குறி எழுத்துருவாக வைத்து இருப்பதால், பயனர் தன் கணினியில் பயன்படுத்தும் எழுத்துக்களைப் பயன்படுத்தும் போது, சொற்செயலி தானாகவே தன் இயல்பு தமிழ் ஒருங்குறிக்கு மாற்றிக் கொள்கின்றது. இதனால் பயனருக்கு நேர விரயம் அதிகமாகின்றது.

கணினியைத் தட்டச்சு இயந்திரமாகப் பயன்படுத்தாமல், ஒரு மென்பொருளாகப் பாவிக்கும் போது, அச்சுநூல் என்பதைத் தாண்டி இணையம் வழி கருத்துக்களைப் பகிரும் வழிமுறைகள் பல உள்ளன. அவற்றில் முக்கியமானவை சில. மின்னஞ்சல்கள், மின்னூல்கள் வலைப்பதிவுகள் போன்றவை. அவற்றில் சிலவற்றைப் பொதுவாக இனிப் பார்க்கலாம்.

மின்னஞ்சல் செயலிகள்:

இன்றைய காலத்தில் குறுஞ்செய்திகள், மின்னஞ்சல்கள் வழி தமிழில் தகவல் பரிமாற்றம் மிக எளிதாக நடக்கின்றது. அதற்கு இணைய வசதிகள் தான் காரணம் எனலாம் . அதற்கு முன் மின்னஞ்சலின் அடிப்படைகளைத் தெரிந்து கொள்வது மிகவும் அவசியமாகிறது. இன்று உலகில் ஜிமெயில், அவுட்லுக், யாஹூ என்ற நிறுவனங்களின் மின்னஞ்சல்களே பொதுமக்கள் பயன்படுத்துவதற்கான மின்னஞ்சல்களைப் புழக்கத்தில் விட்டுள்ளன. சில பெரிய நிறுவனங்கள் தங்களுக்கான சேமிப்பகத்திலேயே மின்னஞ்சல்களையும் உருவாக்கிக் கொள்கின்றன. இவை அனைத்தும் இணைய வழித் தொடராய் இருக்கும் போது மட்டுமே வேலை செய்யும். பயனாளர்கள் தங்கள் கணினிக் கருவிகளில் உள்ள இணைய உலாவிகளிலோ, அல்லது திறன்பேசியின் குறுஞ்செயலிகளிலோ தான் மின்னஞ்சல்களைப் பெறுகின்றனர். சொற்செயலிகளோடு இணையத்தையும் எளிதாக இணைப்பவை மின்னஞ்சல் செயலிகள். இவை இயங்குதளத்தின் நாட்காட்டி, கடிகாரம் ஆகியவற்றையும், கணினியில் உள்ள ஆவணங்களையும், மின்னஞ்சல்களோடும் வலைப்பதிவுகளோடும் இணைக்கின்றது. மின்னஞ்சல்கள் வழி செய்தி மடல்களை அனுப்புவது, இணைய வழிக் கூட்டங்களுக்கு அழைப்பு விடுவது, ஒரு அலுவலைப் பிரித்து அணியில் இருப்பவர்களுக்குக் கொடுப்பது, வேலைகளின் முக்கியத்துவத்தின் அடிப்படையில் நிறமிட்டு, பெயரிட்டுப் பிரித்துக் கொடுப்பது என்று பல செயல்களைச் செய்ய இயலும். ஒவ்வொரு பணிக்கும் எவ்வளவு நேரம் ஒதுக்க இயலும் என்பதையும் ஒரு பணி எந்தளவு முடிந்திருக்கின்றது என்பதையும் கணிக்க இச்செயலிகள் உதவுகின்றன.

திறவூற்றுத் தொழில்நுட்பமான தண்டர்பர்ட்டைப்(thunderbird) பயன்படுத்த நாம் எந்த ஒரு புது மின்னஞ்சலையும் திறக்க வேண்டியதில்லை. ஆனால் மைக்ரோசாப்டொஉர்லோக் பயன்படுத்துவதற்கு ஒவுட்லுக் தளத்தில் சென்று ஒரு மின்னஞ்சல் உருவாக்கிக் கொள்ள வேண்டும். விண்டோ10 இயங்குதளம் வைத்திருப்பவர்களுக்கு இலவசமாகவே விண்டோஸ் மெயில் என்ற குறுஞ்செயலி உள்ளது.

கூகுள் மின்னஞ்சல் இதே போல வேலை செய்தாலும் அதற்குக் கண்டிப்பாக இணைய வசதி இருக்க வேண்டும். ஆனால் இம்மின்னஞ்சல் செயலிகளில் வேலை அனைத்தையும் செய்து விட்டு பின் இணைய இணைப்பில் சேர்ந்து கொள்ளலாம். முக்கியமாக கணினி கருவிகளிலிருந்து செல்லும் அனைத்து மின்னஞ்சல்களில் உள்ள தரவுகளை மறைகுறியாக்கம் செய்து அனுப்புகின்றது. இது தரவுகளின் பாதுகாப்பை ஓரளவு எளிதாக்குகின்றது. பயனாளர் ஒன்றுக்கு மேற்பட்ட மின்னஞ்சல்களை இவற்றில் சேர்த்துக் கொள்ளலாம். கணினி அல்லது திறன்பேசியின் நாட்காட்டி, கடிகாரம் ஆகியவற்றுடன் தங்கள் பணிகளை உடனுக்குடன் பதிவு செய்து கொள்ளலாம். பயனாளரின் தொடர்புகளை விலாசப்புத்தகமாக உருவாக்கவும், குழுக்களை உருவாக்கவும், அவர்களுக்கு மின்னஞ்சல் அனுப்பவும் பயன்படுத்தலாம். இந்த செயலியைப் பயன்படுத்தும் போது மட்டும் இணைய வசதியை உண்டாக்கிக் கொண்டால் போதுமானது. பல அலுவலகங்களில் இது போன்ற செயலிகளை அலுவலகப் பணிகளுக்குப் பயன்படுத்துகின்றனர். மைக்ரோசாப்ட் அவுட்லுக் திறவூற்று, மென்பொருளான தண்டர்பர்ட் ஆகிய இரண்டும் புழக்கத்தில் உள்ள இரு மின்னஞ்சல் செயலிகளாகும். இவை இரண்டும் விண்டோஸ், ஆப்பிள் லினிக்ஸ் ஆகிய மடிக்கணினிகளில் வேலை செய்யும். விண்டோஸ் அவுட்லுக் மட்டும் திறன்பேசியில் குறுஞ்செயலியாகவும் கிடைக்கின்றது.

மின்னஞ்சல்கள் எழுதும் முறை:

இணையத்தில் போடப்படும் பதிவுகள் அழிக்கப்படாமல் ஒவ்வொரு சேமிப்பகத்தில் தேங்கி இருக்கிறது. ஒரே வினாடியில் உலகம் முழுவதற்கும் பரவக்கூடியது. எனவே எழுதும் இணையத்தின் பதிவுகள் கீழ்க்கண்ட பண்புகளைக் கொண்டு இருக்க வேண்டும்.

அறநிலைமை, சட்டங்களை மீறாத பதிவு, சமூகப் பொறுப்பை பிரதிபலித்தல் , செயலூக்கமிக்க பதிவுகள், போன்று பயனுள்ளவைகளாக இருக்கும் படியே எழுத வேண்டும். உண்மைக்குப் புறம்பான செய்திகளையோ பிறரை வருத்தும் செய்திகளையோ எழுதக் கூடாது.இவற்றைத் தாண்டி அப்படிப் பட்ட செய்திகளை அடையாளம் கண்டுகொள்ளவும் தெரிய வேண்டும். இன்றைய நிலையில் பல செயற்கை அறிவுத் தொழில்நுட்பங்கள் வந்து விட்டன. அவை முக்கியமாக பொய்யான செய்திகளையும் புரளிகளையும் பரப்புகின்றன என்ற விழிப்புணர்வோடு செய்திகளைப் பகிர வேண்டும். அதற்கான கருத்துக்களைப் பதிவு செய்ய வேண்டும். தற்போது, இந்த விதிகள் மின்னஞ்சல்களுக்கும் பொருந்தும். மின்னஞ்சலை அனுப்பும் போதும், பெறும் போதும், தற்பாதுகாப்பு, தேசியப் பாதுகாப்பு, கலாச்சார பண்பாட்டு மொழிப் பாதுகாப்பு, இயற்கை வளம், மனித வளம் காத்தல் என்ற விதிகளுக்கு உட்பட்டு இருக்க வேண்டும்.

ஒரு பயனாளர் அஞ்சல்துறை வழியாக அனுப்பும் கடிதப் போக்குவரத்திற்கும், மின்னஞ்சலில் அனுப்பும் கடிதத் தொடர்புக்கும் நிறைய வித்தியாசங்கள் உண்டு. அஞ்சலில் அனுப்பப் போகும் தகவல்களை, ஓரளவு சிந்தித்து எண்ணங்களை வடிகட்டி பிறர் மனம் புண்படாதவாறு அனுப்ப முடியும். மின்னஞ்சலில் கணினிக் கருவிகளின் வழி அனுப்பும் போது, அனுப்புநர் அவ்வளவு நேரம் சிந்திக்கத் தவறுகிறார். தன் மனதில் உள்ளதை விரைவாக தட்டச்சு செய்து அனுப்பி விடுகின்றார். இதனால் பலப்பிரச்சனைகள் உருவாகலாம். ஒருவர் தனக்கு அனுப்பப்பட்ட தபாலை இன்னொருவருக்கு உடனடியாக அனுப்ப முடியாது. ஆனால் மின்னஞ்சல்களை உடனுக்குடன் அனுப்ப முடியும். காகித அஞ்சலுக்குப் பதில் போடும் போது, நேரம் தவறினால் அதை, பெறுநருக்குப் பதில் கடிதம் மூலமே தெரிவிக்க முடியும். மின்னஞ்சலில் அதை ஒரு பயனர் முன்னரே பதிவு செய்து கணினியையே தானாக பதில்களை அனுப்ப வைக்கலாம். எனவே ஓர் அதிகாரபூர்வமான அஞ்சல் மடல் எவ்வாறு சில முக்கிய அங்கங்களைக் கொண்டு இருக்குமோ, அதே அளவு முக்கியத்துவம் மின்னஞ்சலிலும் இருக்கவேண்டும்.

மின்னஞ்சல் அமைய வேண்டிய விதிமுறைகள்:

பயனாளர் மின்னஞ்சலின் அமைப்பிற்குள் சென்று, தானாகப் பதில் அனுப்புதல், தனியுரிமை, அந்தரங்க செய்திகளுக்கான எச்சரிக்கை, அனுப்புநரின் விலாசம் ஆகியவற்றை தங்கள் விருப்பத்திற்கு இட்டுக் கொள்ளலாம்.அப்போது சில விதிமுறைகளைக் கடைபிடிக்க வேண்டியது அவசியமாகிறது.

1 மின்னஞ்சலின் பொருண்மை இடத்தில் பொருண்மையை எழுதுதல்.

2 பெறுநருக்கான சரியான மரியாதைச் சொல்லைக் குறிப்பிடல்.

3 மின்னஞ்சலின் உள்ளடக்கத்தில் அனுப்புநரின் அறிமுகம்.

4 தேவையில்லாமல் ஆச்சரியக்குறிகள், *emoji* சேர்க்காமை.

5   பதிவுகள் சுருக்கமாகவும் நற்சொற்களுடனும் இருத்தல்.

6   மின்னஞ்சலின் நகல்கள்.

7   மற்ற பெறுநரின் மின்னஞ்சல்களைப் பகிர்வதைத் தவிர்த்தல்(BCC).

8   அனுப்புநரின் விவரம்.

9   உணர்வுகளையும் அந்தரங்க விஷயங்களையும் பகிராமை.

10 மின்னஞ்சலுக்குப் பதில் அனுப்பும் போது மின்னஞ்சலின் பொருண்மைக்கு ஏற்ப பொருண்மை வரிகளை மாற்றுதல்.

11 மின்னஞ்சல்களை அனுப்பும் போது, தேவையில்லாத நீண்ட செய்திகளை அழித்து, தேவையானதை மட்டும் அனுப்புதல்.

12 மின்னஞ்சல்களைப் பார்ப்பதற்கும், பதில் போடுவதற்கும் ஒரு நாளில் ஒரு தடவை என்று குறிப்பிட்ட நேரத்தை ஒதுக்குதல்.

13 கணினி தானாக சரிசெய்து போடும் சொற்களை மீண்டும் ஒரு முறை சரிபார்த்தல்.

14 பெறுநரின் தனித் தரவுப்பாதுகாப்பு, அந்தரங்க விஷயங்கள் பற்றிய விவரம், அனுப்புநரின் நேரடித் தொடர்பு விவரம் ஆகியவை ஒவ்வொரு மின்னஞ்சலிலும் இருக்க வேண்டும்.

இந்த விதிகள், ஒவ்வொரு மின்னஞ்சல் பெறுநரும், அனுப்புநரும் தெரிந்து கொண்டு பயன்படுத்த வேண்டிய விதிகளாகும்.

வலைப்பூக்களும் சமூக வலைதளங்களும்

வலைப்பூ, ஒரு தனிப்பயனாளர் தனது கருத்துக்களை, கற்பனைகளை, நிகழ்வுகளை, சூழ்நிலைகளை எளிதாக மற்றவர்களுடன் உரைகள், படங்கள் கொண்டு பகிர்ந்து அதைப்பற்றிய விவரங்களை செய்திகளை அவ்வப்போது கூறிக் கொண்டே இருக்க பயன்படுவது ஆகும். யூடியூப் பிரபலமடைந்த பிறகு, காணொலியும் அதில் இணைக்கப்பட்டு விளாக் (vlog) என்று அழைக்கப்பட்டது. வலைக் காணொளி, காணொளிப்பூ என்று மறுபெயரும் கொடுக்கலாம்.

இன்று ஒவ்வொரு தகவல் தொழில்நுட்பத்தினரும், தங்களுக்கான ஒரு வலைப்பூ செயலியை உருவாக்கி உள்ளனர். அவை வருமாறு

- *Google- Blog, youtube*

- *Microsoft Linkedin, Sharepoint- sitepoint and communication post*

- *Facebook story Facebook pages,Facebook instagram*

- *X(Twitter)*

- *Amazon seller stories, kindle*

- *Apple,Ibooks*

- *Medium*

பயனர்கள் இங்குக் கொடுக்கப்பட்டுள்ள எந்த நிறுவனத்தின் வலைப்பூ தொழில்நுட்பத்தைப் பயன்படுத்தினாலும் மேலே சொன்ன எச்சரிக்கைகளை மனதில் கொள்ள வேண்டும். முக்கியமாகப் பாலியல் வகைத் தொந்தரவுகள், பொருண்மைகளைப் படிப்பவர்களின் வயது வரம்பு, சட்டவிரோதமான செயல்பாடுகள், தேசவிரோத செயல்பாடுகள், மிரட்டுதல், காழ்ப்புணர்ச்சியைத் தூண்டுதல் போன்ற பொருண்மைகளைத் தவிர்ப்பது நன்மை பயக்கும்.

மின்னூல்கள்:

இன்றைய கணினி தொழில்நுட்பத்தில் மின்னூல்களின் பங்களிப்பு முதன்மையானது.

பிரதிலிபி:

(Nasadiya Technologies Private Limited,) நசாடியா தொழில்நுட்ப நிறுவனம் 2008 இல் பிரதிலிபியைத் தொடங்கியது. இணையப்பக்கம் வழியாகவும், குறுஞ்செயலி வழியாகவும் இந்தத் தளத்தில் ஒருவர் புது இலக்கியங்களை வாசிக்கலாம், எழுத்தாளராக எழுதலாம், கதை ஆசிரியர்களுடன் கலந்துரையாடல் செய்யலாம். இத்தளமும், குறுஞ்செயலியும் இலக்கியவாதிகளுக்கும், எழுத்தாளர்களுக்குமான ஒரு சமூக வலைதளம் என்று சொல்லலாம். உரை இலக்கியம் தவிர வானொலி, சித்திரக் கதைகள் என்றும் விரிந்து அச்சுலகப் படைப்பாளிகளை உலகத்திற்கு எடுத்துச்செல்லும் பாலமாக உள்ளது.

இந்தியாவின் பன்னிரெண்டு மொழிகளில் இலக்கியங்கள், ஒலிப்புத்தகங்கள், சித்திரக் கதைகள் ஆகியவை இந்த எண்ணிம நிறுவனம் மூலம் வெளிவருகின்றன. கதைகளுக்கான குறுஞ்செயலி மட்டுமே கூகுள் ப்ளே ஸ்டோரிலும், ஆப்பிள் குறுஞ்செயலி அங்காடியிலும் கிடைக்கின்றது. ஒலிப்புத்தகங்கள் சித்திரக் கதைகள் எழுதுவதற்கான குறுஞ்செயலிகள், கூகுள் குறுஞ்செயலிகளாக மட்டுமே கிடைக்கின்றது. இலக்கியப்படைப்புக்களை புத்தாக்கப் படைப்புக்களாக உருவாக்கவும், சமகாலத் தொழில்நுட்பங்களைப் பயன்படுத்தி சமகால இலக்கியங்களை உடனடியாக நுகர்வோரிடையே எடுத்துச் செல்லும் ஒரு கருவியாகவும் இந்தத் தளம் திகழ்கிறது.

இந்நிறுவனம் எழுத்தாளர்களை ஊக்குவிக்கும் விதமாக எழுத்தாளர்களுக்குப் பயிற்சிகள், போட்டிகள் என்று நடத்துகின்றது. பிரபலமான கதாசிரியர்களின் படைப்புக்களை விரும்பும் வாசகர்கள், கதை ஆசிரியருடன் கலந்துரையாடல் செய்யவும், தங்களின் கருத்துக்களைப் பகிர்ந்து கொள்ளவும் இத்தளத்தில் வகை செய்யப்பட்டுள்ளது. அதிகமாக வாசிக்கப்படும் கதைகளுக்கு சந்தா செலுத்திப் படிக்கும் முறைகளும், 200 க்கும் மேற்பட்ட பின்தொடருதல்களைக் கொண்ட எழுத்தாளருக்கு சந்தா முறை மூலம் வருமானம் ஈட்டவுமான வசதிகள் இந்த தளத்தில் உள்ளன.

இந்த எல்லா வசதிகளும் இந்திய மொழிகள் பன்னிரெண்டிலும் கிடைக்கின்றது என்னும் போது இந்நிறுவனம் இலக்கிய உலகில் ஒரு முக்கியப்பங்கை வகிக்கின்றது என்பது தெளிவாகின்றது. ஒரு மொழி பயனராக இத்தளத்தில் இணைந்து விட்டால், ஒருவர் இந்தியாவின் பன்னிரெண்டு மொழிகளிலுமே எழுதலாம். இதனால் சம கால இலக்கியங்கள் ஒரே நேரத்தில் பல மொழிகளில் வர வாய்ப்புகள் அதிகமாகின்றன. அதற்கேற்ற வகையில் மொழி உள்ளீட்டுக் கருவிகளும் குறுஞ்செயலியின் ஒரு முக்கிய செயல்பாடாக இருக்கிறது. ஆங்கில வழி பிறமொழித் தட்டச்சு, குரல்வழி தாய்மொழித் தட்டச்சு ஆகிய வசதிகள் இத்தளத்தில் இருக்கின்றன. ஆய்வாளர்கள் மொழித்தொழில்நுட்பத்தில் தங்களுக்கென்று பிரத்யேக ஆராய்ச்சியை நடத்துவார்கள் எனில் கல்லூரிகளில் உள்ள ஆங்கிலம் அல்லாத மொழித்துறையினருக்கு நல்ல ஒரு பயிற்சித் தளமாகவும் இந்நிறுவனம் வளரக்கூடும்.

புஸ்தகா, எண்ணியியல் நூலகம்:

புஸ்தகா 2014 இல் தொடங்கப்பட்ட இந்திய மொழிகளுக்கான எண்ணியியல் நூலகம். இருபதாம் நூற்றாண்டில் புத்தக விற்பனையாளர்கள், தங்கள் நூல்களை இணையத்தில் பட்டியல் போட்டது போலவோ, நூல்களை பிடிஎப் ஆவணங்களாகவோ இந்தத் தளம் கொடுப்பதில்லை. நூலக சந்தாதாரர்கள் தங்களுக்கு விருப்பமான நூலை வாடகைக்கு எடுத்து குறிப்பிட்ட நாட்களுக்குள் படித்து விட்டு அடுத்த புத்தகங்களைப் பெறலாம். அமேசான் கிண்டில் தவிர ஓவர் ட்ரைவ் தளத்திலும் புத்தகங்களைப் படிக்கலாம்.

இத்தளம் ஏறத்தாழ நானூறு எழுத்தாளர்களையும் ஆறாயிரம் புத்தகங்களையும் முக்கியமான இந்திய மொழிகளில் கொண்டுள்ளது.

அமேசான் கிண்டில்::

அமேசான்நிறுவனம் இணையத்தில் வரும் செய்திகளை நூல் வடிவில் முதல் முதலாகக் கொண்டுவந்தது. நூல்களைப் படிக்க கிண்டில் என்ற தனி கருவியை உருவாக்கிய நிறுவனம், தற்போது அதைத் திறன் கருவிகளுக்கான ஒரு குறுஞ்செயலியாகவும் கொண்டுள்ளது. இதில் தற்போது ஐம்பதாயிரத்திற்கு மேற்பட்ட தமிழ்ப் பொருண்மைகளில் நூல்கள் உள்ளன.

கூகுள் புக்ஸ்:

கூகுளும் அதே போல கூகுள் புக்ஸ் என்று உருவாக்கி பல கதைகளை வெளியிட்டுள்ளது. கூகுளின் மற்ற கல்விச்சேவைகளில் இந்த நூல்களைப் பாடநூல்களாகக் கொடுக்க இயலும். இணையத் தொழில்நுட்பங்களுக்கு முந்தைய நூல்களும் மீடியம்(Medium) சப்ஸாடக்(Substack) இங்கு கிடைக்கும்.

விக்கிப்பீடியா:

பொதுமக்களுக்குக் கிடைக்கக் கூடிய இரு இலவச கலைக்களஞ்சியமாக இணையத்தில் விளங்குவது விக்கிப்பீடியா. இது முழுக்க முழுக்க உலகம் முழுவதும் உள்ள தன்னார்வலர்களாலேயே நடத்தப்படுகிறது. விக்கிபீடியா அறக்கட்டளையால் முதலில் தொடங்கப்பட்ட ஓர் இணைய சேவை இது. இப்போது விக்கிகாமஸ், விக்கிபயணம், விக்கிஅகராதி, விக்கிப் பல்கலைக்கழகம், விக்கி மேற்கோள்கள், விக்கி ஊடக வளங்கள், விக்கி செய்திகள், விக்கி நூலகம், விக்கி பாடநூல்கள், விக்கி நுண்தரவகம், விக்கி செய்திகள், விக்கித்

தரவு என்று பரந்து விரிந்து பொருண்மைகளை சேகரித்துக் கொடுக்கின்றது. விக்கிபீடியா முழுக்க முழுக்க தன்னார்வலார்களால் உருவாக்கப்பட்டாலும் அந்நிறுவனத்திற்கென்று பல சட்டதிட்டங்கள் உள்ளன. இதில் கலந்து கொள்ளும் பயனாளர்கள் சட்டதிட்டங்களை மீறக்கூடாது. விக்கிக் காமஸ் திட்டம், பொதுவுடமைகளாகப் பொருண்மைகளை உருவாக்கி, கணினி வளங்கள் அனைவருக்கும் பொதுவானதாக பயன்படக்கூடியவகையில் இருக்க வேண்டும் என்பதற்காக உருவாக்கப்பட்டது. 2004 இல் தொடங்கப்பட்ட இத்திட்டத்தில் தற்போது ஒரு இலட்சம் ஊடகக் கோப்புகள் உள்ளன. இவற்றில் பல பொருண்மைகள் அறுபத்தியாறு மொழிகளில் மொழி பெயர்க்கப்பட்டுள்ளன.

விக்கிப்பீடியாவில் தன்னார்வலராக இணைந்து செயல் புரிவது அடிப்படைக் கணினி அறிவை விரிவு செய்வதோடு வேலை வாய்ப்புகளையும் பெற்றுத் தரவல்லது. ஒருவரின் சொந்த முயற்சியில் எந்த ஒரு பலனையும் எதிர்பார்க்காமல், தன்னார்வத் தொண்டு செய்யும் பண்பு பல நிறுவனங்களில் எதிர்பார்க்கப்படுகின்ற ஒரு பண்பாக இருக்கின்றது. ஒருவர் தன்னார்வலராக தமிழ் மொழியில் கட்டுரைகளை மொழிபெயர்ப்பு செய்வது, பலவகை ஊடகங்களைத் தயாரித்துக் கொடுப்பது, காப்புரிமைகளைப்பற்றி விரிவாக எழுதுவது, அடையாளப்படுத்தப்பட்ட படங்களைத் தாய் மொழியில் அடையாளம் காட்டுவது என்று தங்கள் நேரத்தில் ஒரு சிறுபகுதியைத் தமிழ் கணிமைக்காக ஒருவர் செலவிடலாம். விக்கிக் காமன்ஸில் தன்னார்வலர்களை ஊக்குவிப்பதற்காகப் பல போட்டிகளை விக்கிப்பீடியா அறநிறுவனம் நடத்தி வருகின்றது. இதில் தன்னார்வத் தொண்டு புரிய விரும்புபவர்கள் விக்கி காமன்ஸ் தளத்தில் பதிவு செய்து கொள்ள வேண்டும். அதன் பின் எடுத்துக் கொண்ட வேலையை எப்படித் திறம்பட செய்வது என்பதற்கு உரிய பயிற்சிகள் கொடுக்கப் பட்டு இருக்கும். அதைத் தொடர்ந்து வேலைகளைச் செய்யலாம்.

தொடர்ந்து விக்கிக் காமன்ஸில் வேலை செய்வது ஒருவரின் கணினிப் பட்டறிவை மட்டுமல்லாது, அவருடைய பொது அறிவையும் வளர்க்க உதவும். தொலைதூரத்தில் உள்ள நபர்களுடன் பணியைப் பகிர்ந்து செய்யும் வாய்ப்பும் கிடைக்கும். விக்கிக் காமன்ஸ் 2019 இலிருந்து நாட்டுப்புறக்கலைகளைப் பற்றிய எண்ணிம ஊடகங்ளை சேகரிக்கும்வகையில் ஒரு புகைப்படப் போட்டியை ஆண்டு தோறும் நடத்தி வருகின்றது. பன்முகக் கலாசாரம், திருவிழாக்கள், கலைகள், நாட்டுப்புறப் பொருண்மைகள், விளையாட்டுகள், புராதனச் சின்னங்கள், புராணக் கதைகள் பற்றிய புகைப்படங்கள் இதில் வரவேற்கப்படுகின்றன. ஒவ்வொரு ஆண்டும் பிப்ரவரி, மார்ச் மாதங்களில் இப்போட்டி நடைபெறுகிறது. வெற்றி பெற்றவர்களுக்கு அமெரிக்க வெள்ளியில் பலவிதமான பரிசுகளும் சான்றிதழ்களும் வழங்கப்படுகிறது. போட்டியில் குறிப்பிட்ட பொருண்மையிலேயே படங்கள் எடுக்க வேண்டும். காப்புரிமையை பாதிக்காத வகையில் உரிய காப்புரிமம் கொடுத்துத் தகவல்களைத் தரவேற்றம் செய்ய வேண்டும். எண்ணிம புகைப்படக்கருவியிலிருந்து பகிரப்படும் அனைத்து விவரங்களையும் புகைப்படத்தில் வைத்து இருக்க வேண்டும். எண்ணிம தொழில்நுட்பம் கொண்டு அதிக அளவு புகைப்படங்கள் மாற்றப்படாத புகைப்படங்களையே பதிவேற்றம் செய்ய வேண்டும். இத்தகைய கட்டுப்பாடுகள் இதில் உண்டு. மேலும் இலவசமாக இணையத் தொழில்நுட்பத்தை செயல்முறைப் பயிற்சியாக விக்கிப்பீடியாத் திட்டத்தை மாணவர்கள் பயன்படுத்திக் கொள்ளலாம்.

வோர்ட்ஸ் ப்ரெஸ்:

இதுவும் ஒரு திறவூற்றுத் தொழில்நுட்பம் தான். இதில் இணைய தொழில்நுட்பங்கள் தெரியாதவர் கூட எளிதாக இணையப்பக்கங்களை, இணைய தளத்தை உருவாக்கலாம், நிர்வகிக்கலாம். பயனாளர் ஒருவரே அவரது இணைய தளத்தை நிர்வகிக்கும் வசதியை இந்தத் தொழில்நுட்பம் உருவாக்கிக் கொடுக்கின்றது. இந்தத் தொழில்நுட்பத்தை ஒரு செயலியாகத் தங்களது சேமிப்பகத்தில் இறக்கிப் பயனாளர் தங்களுடைய இணைய தளத்தை நிறுவலாம். அல்லது, வலைப்பூ செயல்படுவதைப் போல இணையதள நிர்வாகத்தை இன்னொருவரிடம் கொடுத்துவிட்டு இணையப்பக்கங்களை மட்டும் பராமரிக்கலாம். வலைப்பூவில் இணைய தள நிர்வாகம் முழுக்க முழுக்க சேமிப்பக நிறுவனத்தைச் சார்ந்தே இருக்கும். வோர்ட்பிரஸ் தொழில்நுட்பத்தில் கால்பகுதி இணையதள நிர்வாகம் பயனர் கையில் இருக்கும். இந்த வழி முறை ஆசிரியர்கள் துறைத்தலைவர்கள் ஆகியோருக்கு மிகவும் உதவியாக இருக்கும்.

ஓ. ஈ. ஆர்

Open Educational resources கல்வியாளர்களுக்கான வளங்களைப் பகரும் தளமாக இத் தளம் உள்ளது. பாடநூல்கள், பாடத்திட்டங்கள், வகுப்பிற்கான வளங்கள் ஆகிய கல்வியின் அனைத்துத் துறைகளுக்கும் இங்கே ஆசிரியப்பெருமக்கள் குழுமங்களாகக் கூடி விவாதிக்கின்றனர். கல்வியாளர்களின் பிரத்யேக பன்மொழி நூலகமாக இத்தளம் விளங்குகின்றது. தமிழ் மொழியில் இருக்கும் வளங்கள் மிக மிகக் குறைவே. ஆனால் பிற நாட்டிலுள்ள தமிழ்க் கல்வியாளர்கள் இத்தளத்தைப் பயன்படுத்துகின்றனர். இவ்வகைத் தளங்களில் தமிழ்மொழி, கலாச்சாரம், இலக்கியம், நாட்டுப்புறவியல் போன்ற பொருண்மைகளில் பலவிதமான எண்ணிம ஊடகங்களை உருவாக்கி வெளியிடுவது சுய வேலை வாய்ப்பிற்கும், தங்கள் திறமையை வெளிக்காட்டவும், வளர்த்துக் கொள்ளவும், பிற வேலை வாய்ப்புக்களை உருவாக்கிக் கொள்ளவும் உதவியாக இருக்கும்.

ஒலிப் புத்தகங்கள்:

செய்தித் தாள்கள் பத்திரிக்கைகளுக்கான இடத்தை, இணையப் பக்கங்களும், மின்னூல்களும் எடுத்துக் கொண்டு விட்டன. திரைப்படங்களையும் தொலைக்காட்சி நிலையங்களையும் வலையொளிகளான *Youtube, Amezon Prime, Netflix* ஆகியவை எடுத்துக் கொண்டது போல, இன்று வானொலிகளுக்கும் ஒலிச்சித்திரங்களுக்கும் ஒலி வடிவில் நூல்கள் வந்துள்ளன. பல வலையொளிகள் நூல்களைப் படித்துக் காட்டும் தொழில்நுட்பமாக இருக்கின்றன. மைக்ரோசாப்ட்டின் *edge* உலாவி *pdf*, உரை ஆவணங்கள், இணையப்பக்கங்கள் ஆகியவற்றைத் தமிழில் அழகாக வாசிக்கின்றன. மேற்சொன்ன ஆவணங்களை இவ்வுலாவி கொண்டு திறந்து, *Ctrl + Shift + U* என்று அழுத்தினால் அந்த ஆவணத்தை சிறப்பாக வாசிக்கின்றது. இதே வசதி மைக்ரோசாப்ட் சொற்செயலியிலும் கிடைக்கின்றது.

Libre office திறவூற்றிலும் *SpeechOO* என்ற செருகி கொண்டு பயனர் கூறுவதைக் கொண்டு தட்டச்சு செய்ய இயலும். *Read Text* செருகி கொண்டு உரை ஆவணத்தை வாசிக்க இயலும். ஆனால் இதன் வழி தமிழில் படிக்கக் கூடிய வசதிகள் இல்லை. ஆங்கிலத்தில் வாசிக்கின்றது. தமிழ் கணினியியல் மாணவர்கள் மூலம் *TS WSCRIPT_VBS* என்ற கோப்பை உருவாக்கி மிக எளிதாக தமிழர்கள் ஆவணத்தை வாசிக்க வழி செய்யலாம்.

Firefox இணைய உலாவி தன்னுள் சில செருகிகளை இணைப்பதன் மூலம் இணையப்பக்கங்களை வாசிக்கின்றது. கூகுள் ஆவணத்தில் குரலால் தட்டச்சு செய்ய இயலும்

என்பது பலருக்குத் தெரிந்திருக்கும் தகவல் தான். கணினியே தமிழில் வாசித்தால், பாடநூல்களை வாசித்துக் காட்டும் கருவிகளை உருவாக்கலாம். ஒலிப்புத்தகங்களைக் கூட உருவாக்கலாம். *Apple podcasts, Google podcast Audible, Storytel.,Librivox, Blinkist* போன்ற சேவைகளை படைப்பாளிகள் சொற்செயலி கொண்டே உருவாக்கலாம். ஒரு சொற்செயலியால் இன்று ஒரு பயனர் தன் கருத்துக்களை பண்டைகாலப் பாறை ஓவியங்கள், சின்னங்கள் கொண்டும், வடிவங்கள் கொண்டும் காட்ட முடியும். ஒளிர் எழுத்துக்களை சொற்செயலியின் *word art* என்ற சேவையின் மூலம் செய்ய முடியும். பல்வேறு காகித வகைகளைக் காட்ட காகிதத்திற்கான பின்னணியை மாற்றிக் காகிதத்தின் இழையமைப்பை(*texture*) மாற்றிக் காட்ட இயலும். இவ்வாறு ஒரு சொற்செயலி, எழுத்துக்கலையின் வரலாற்றையே தன்னுள் அடக்கி வைத்து இருப்பதோடு மொழிக் கணிமை அடுத்தக் கட்டம் செல்வதற்கும் உதவி செய்கின்றது. ஒரு சொற்செயலியில் ஒருங்குறி எழுத்துக்களை பயன்படுத்துவதன் இன்றியமையாமையும் , கணினியைத் தட்டச்சு இயந்திரமாக பயன்படுத்தக் கூடாது என்ற விழிப்புணர்வும், தமிழ் மாணவர்களும் கணினி மாணவர்களும் தங்கள் கணினித் திறமையால் ஒரு சுய வேலை வாய்ப்பை உருவாக்கிக் கொள்ளலாம் என்ற தெளிவும் வரும்.

பயிற்சிகள்:

2) என்ற தளத்தில் ஒரு மைக்ரோசாப்ட் மின்னனஞ்சலை உருவாக்கி அதன் அமைப்பிற்குள் சென்று பயனரின் விவரங்களை இடுதல்.

3) மின்னஞ்சல் செயலியை கணினியில் நிறுவ வேண்டும்

4) மாணவர்கள் தங்களுடைய சுய விவரக் குறிப்பைத் தட்டச்சு செய்து *pdf* ஆவணமாக உருவாக்க வேண்டும்.

5) தங்கள் வலைப்பூவில் இதனை ஏற்றவேண்டும்.

6) விக்கிப் பீடியாவில் ஒரு கட்டுரை மெய்ப்புப் பார்க்க வேண்டும்.

7) விக்கிக் காமன்ஸ் போட்டிகள் எதிலாவது பங்கு கொண்டு விருப்பமான வளங்களைப் படைக்க வேண்டும்.

8) *https://outlook.live.com*

2. கோப்புக்களைக் கையாளுதல் - ஒரு பார்வை

கணினியில் வேலை செய்யத் தொடங்கும் போது கோப்புக்களை எப்படிக் கையாளுவது என்று தெரிந்து வைத்திருப்பது மிக முக்கியமாகும். கோப்புக்கள் மேலாண்மையையும், கோப்புகளின் நீட்சியையும் பற்றித் தெரிந்து கொள்வது ஒருவரது கணினி வேலையைத் திறம்பட செய்ய உதவுகின்றது. ஆய்வு நூல்களைத் தட்டச்சோடு சேர்த்துப் பலவகை ஊடகங்களைத் தயாரிப்பதும், சேமித்து வைப்பதும், கோப்பு மேலாண்மையில் அடங்கும். கணினியின் திரையிலேயே அனைத்துக் கோப்புக்களையும், பயனரின் வசதிக்காக வைத்துக் கொள்வது தவறான வழக்கமாகும். இவ்வழக்கத்தால் கோப்புக்களைக் கண்டுபிடிப்பது எளிதாக இருந்தாலும், கணினித் திறன்பெற வேலை செய்யவும், கணினியைப் பயனர் உன்னதமாகப் பயன்படுத்திக் கொள்வதும் முடியாமல் போகிறது.

கணினியில் உள்ள கோப்புக்களைக் கையாளுதலில் கீழ்க்கணட செயல்கள் அடங்கும்.

- கோப்புக்களின் மேலாண்மை.

- கோப்புகளின் மேலாண்மையில் செய்யப்படும் தவறுகள்.

- கோப்பு மேலாண்மையை எளிதாகச் செய்யும் செயலி.

- கோப்புக்களின் வகைகளும் அவற்றிற்கான நீட்சிகளும்.

- கோப்புகளின் நீட்சியை மாற்றம் செய்தல்.

- சரியான சுருக்கு வழி.

- நூலகத்தை உருவாக்குதல்.

- பயனாளிகளின் நூலகம்.

- தொடங்கு தெரிவை(windows start) மாற்றி அமைத்தல்.

- செருகிகளின் விளக்கம்.

ஆகியவற்றைத் தெரிந்து கொள்வது சொற்செயலியை சரியான முறையில் இயக்கத் தேவையான ஒரு முக்கியத் திறனாகும்.

கோப்பு வகைகள்:

பொதுவாக, சொற்செயலியைக் கையாளும் போது உரை ஆவண வகைகள், பட ஆவண வகைகள், ஊடக வகைகள், இணையம் என்று பிரித்துப் பார்க்கலாம். ஒரு ஆவணத்தின் பொருண்மை என்ன? அந்த ஆவணம் எந்த இயங்குதளத்தைச் சார்ந்தது? எதற்காகப் பயன்படுத்தப்படுகின்றது என்பதைப் பொறுத்து நீட்சிகள் அமையும். நூலகத்திலிருக்கும் நூல்கள் என்றாலும், மாணவர்களின் பாடநூல்கள் என்றாலும், அல்லது குறிப்பேடுகள் என்றாலும் ஒவ்வொன்றிற்கும் ஒரு அடையாளச் சீட்டு இருந்தால் எவ்வளவு வசதியாக

இருக்குமோ அதுபோல கோப்புகளின் வகைகளைக் கணினி பிரிக்கின்றது. இவ் ஆவண வகைகளை நீட்சிகளை வைத்துக் கணினி பிரித்து எடுக்கின்றது. அந்த நீட்சிகள் சொல்லும் தகவலை வைத்து தான், என்ன மாதிரியான வேலையைச் செய்ய வேண்டியிருக்கும் என ஒரு கணினி நிர்ணயம் செய்கின்றது. முன்பு, ஒவ்வொரு நீட்சிக்குரிய செயலை ஒவ்வொரு தனி மென்பொருள் செய்துவந்தன. ஆனால் தற்போது பலவேறுபட்ட நீட்சிக்குரிய ஆவணங்களை ஒரே மென்பொருளால் உருவாக்க இயலும். அப்படி பல்வேறு நீட்சிகளாகவும் சேமிக்கவும் இயலும். அதற்கு ஒரு சான்றாக சொற்செயலியைச் சொல்லலாம்.

இன்றைய மைக்ரோசாப்ட் ஆவணம் *Pdf, Jpg,html,xml, xps,rtf,txt,odt,* போன்ற ஆவணங்களாக சேமிக்க உதவுகிறது. இதிலிருந்து ஒரு சிறிய உரை ஆவணமே பல வகை ஆவண முறையாக கணினிக்குச் சொல்லப்படுகின்றது.

நீட்சிகள்:

நீட்சிகள் என்பது ஒரு கணினியில் உள்ள ஆவணங்களின் பெயருக்குப் பின்னால் வரும் புள்ளியை அடுத்து வரும் மூன்று ஆங்கில எழுத்துக்களைச் சொல்கிறது. நீட்சிகளைப் பற்றிய விளக்கங்களைப் புரிந்து கொண்டால், அவற்றை எந்த மென்பொருள் அல்லது செயலி கொண்டு திறக்க இயலும், மாற்றங்கள் செய்ய இயலும் என்று தெரிந்து கொள்ளலாம். இந்த நீட்சிகள் கணினிக்காகக் கொடுக்கப்பட்டவை. ஒவ்வொரு இயங்குதளமும் ஒரே மாதிரியான வேலை செய்யும் மென்பொருட்களை உருவாக்கி இருப்பதால், அந்த மென்பொருட்களின் அடையாளமாக இந்த மூன்றெழுத்து நீட்சிகள் பயன்படுகின்றன. அது மட்டுமல்லாமல், ஒவ்வொரு மென்பொருளுக்கான உருவப்படத்துடன் அந்த மென்பொருளை இணைத்து அடையாளப்படுத்தவும், இந்த மூன்றெழுத்து நீட்சிகள் பயன்படுகின்றன. அதுமட்டுமல்லாமல் ஒரு ஆவணத்தை எவ்வாறு திறக்க வேண்டும் அதில் என்னென்ன செய்ய முடியும் என்பதைக் கணினி முடிவு செய்து செயலாற்றுவதற்கும் இந்த நீட்சி அடையாள எழுத்துக்கள் உதவுகின்றன. பொதுவாக இந்த நீட்சிகளைப் பற்றிய பொது விளக்கம் கணினியைப் பயன்படுத்திக் கொண்டிருக்கும் அனைத்துப் பயனாளர்களுக்கும் தெரியும் என்றாலும், அவற்றைப் பற்றிய மேலோட்டமான பார்வை அவசியமாகிறது. நீட்சிகளின் வகைகளையும் அவற்றின் பெயர்களையும் தெரிந்து கொள்வது, கணினியில் கோப்புக்களைத் தேடுவதற்குப் பயனருக்கும் கணினிக்கும் எளிது. ஆவணத்தின் பெயர் மறந்து விட்டாலும் கணினியிடம் எளிதாகத் தேடச் சொல்லலாம். சான்றாக தேடுதலுக்கான இடத்தில் **. docs* என்று தேடினால் சொற்செயலி ஆவணங்களைக் கணினி தேடித் தரும். **.psd* என்று இட்டால் ஃபோட்டோஷாப் கோப்புக்களைத் தேடிக் கொள்ளலாம். * என்று இடுவது பெயர் தெரியாத ஆவணங்கள் என்று கணினிக்குக் காட்டும்.

சில சமயம் கோப்புக்களின் பெயரை மாற்றும் போது கோப்புக்களின் நீட்சிகளைப் பயனர் தவறுதலாக அழித்து விட வாய்ப்புக்கள் உண்டு . எனவே பொதுவாக ஒரு கோப்பின் பின் அதன் நீட்சிகள் தெரியாது. *Windows exploer* சாளரத்தைத் திறந்து *view* என்பதை அழுத்திப் பார்வையிட்டு *show file name extentions* என்பதைத் தெரிவு செய்தால் கோப்புக்களின் நீட்சிகள் தெரியும். ஆப்பிள் கணினியில் *Finder* சாளரத்தில் *get info* என்பதை அழுத்தியோ, *Name & Extension* என்பதற்கான அம்புக்குறியை அழுத்தியோ கோப்புக்களின் நீட்சியைக் கண்டு கொள்ளலாம்.

இந்த மூன்றெழுத்து நீட்சிகள் கணினிக்காகக் கொடுக்கப்பட்டவை என்ற காரணத்தால் இவை பயனாளர்களின் கண்களுக்குத் தெரிவதில்லை. தானியக்கமாகவே இந்த நீட்சிகள் அமையும். பயனாளரால் இந்த நீட்சிகளைப் பார்க்க முடியவில்லை என்றால் அந்த மென்மொருளின் உருவப்படத்தை வைத்து ஆவணத்தின் தன்மையையும் செயல்பாட்டையும், மென்பொருளை உருவாக்கிய நிறுவனத்தைப்பற்றியும் அடையாளம் கண்டு கொள்ள முடியும். ஆவணங்களின் நீட்சிகளின் பெயரை ஒரு பயனாளர் பார்க்க வேண்டும் என்றால் *file explorer* சாளரத்திற்குச் சென்று சில தெரிவுகளைச் செய்ய வேண்டும்.

- சாளரத்தில் *view* என்ற பட்டிக்குச் செல்ல வேண்டும்.

- அந்தபட்டியில் *navigation* என்ற பலகத்தைத் தெரிவு செய்ய வேண்டும்.

- அந்த *navigation* பலகத்தில் இரண்டு தெரிவுப் பெட்டிகள் *check box* இருக்கும். அதில் *fine name extension* என்று இருக்கும் பெட்டியில் சரி *(tick mark)* என்ற குறியை இடவேண்டும்.

ஆனால் ஒரு ஆவணத்தின் நீட்சிகளைப் பார்க்கும் படி வைப்பது பல சமயங்களில் தொல்லையாக முடியும். ஏன் எனில் பயனாளர் ஓர் ஆவணத்திற்குப் பெயர் வைக்கும் போதோ, அதன் பெயரை மாற்றும் போதோ தவறுதலாக நீட்சியின் பெயரை மாற்றி விடலாம்.

கணினி மெல்லிய மின்கடத்தியைக் கொண்டது. இந்த மின் கடத்திகள் மின்சாரத்தைக் கடத்துகின்றன. மேலும் நாம் கணினியில் செய்யும் செயல்களை மின்சாரத்தை அணைத்தல், செயலாக்குதல் ஆகிய இரு நிலைகளில் செய்கிறது. இந்த இரு சமிக்கைகளும்1,0 என்று மாற்றப்பட்டு கணினி இயங்குகின்றது. *1,0* இரண்டையும் பயனாளர் பார்க்கும் உரைகளாக, படங்களாக, காணொளிகளாக, நிரலர் மொழி வழி கணினிக்குக் கட்டளை கொடுக்கப்படுகின்றது. இந்த நிரலர் மொழிகள் பயனாளி கொடுக்கும் கட்டளைகளை, இயந்திரம் புரிந்து கொள்ளும் 0,1 என்ற இரும எண்களாக மாற்றித் தருகின்றது. எந்த கணினியின் இயங்கு தளமும், அதற்குள் இருக்கும் ஒவ்வொரு சிறு சிறு மென்பொருட்கள் முதற்கொண்டு, மிகவும் சிக்கலான மென்பொருள்கள் எல்லாமே, இரும எண்களாய் மாற்றப்பட்டு கணினிக்குக் கொடுக்கப்பட்டுள்ளது. கணினி செய்கிற வேலைகளின் விளைவும், முதலில் இயந்திர நிரலர் மொழியாக வெளிவருகின்றன. இந்த விளைவுகளை மனிதர்கள் புரிந்து கொள்ளும் வகையில் மாற்றித் தருவதும் நிரலர் மொழிகள் தான்.

எனவே இயங்குதளக் கட்டளைகளும், ஒவ்வொரு கணினிக்குள்ளும் பலவேறு கணினிக்கட்டளைகளும், மென்பொருள்கள் சிறப்பாக நடை பெற எழுதப்பட்ட கட்டளைகளும், பல உரை ஆவணக்கோப்புகளாகவே எழுதப்பட்டிருக்கும். இது தவிர பயனாளிகள் பயன்படுத்தும் கோப்புக்களும் கணினியில் இருக்கின்றன. இந்தக் கோப்புக்கள் பல்வேறு செயல்களுக்காக பல்வேறு மென்பொருட்களாகப் பயன்படுத்தப்படுகின்றன. கணினிக்குக் கொடுக்கப்படும் ஆவணங்கள் அனைத்தும் உரை ஆவணமாக இருப்பதால், எந்த மென்பொருளுக்கு எந்தக்கட்டளை இயங்குதள கட்டளைகள் என்று கணினி புரிந்து கொள்ள ஒரு ஆவணத்தின் நீட்சிகள் பயன்படுகின்றன.

கணினி பொதுமக்களுக்கு உரியதாக பிரபலமடையக் காரணம் அந்தந்த இயங்குதளங்களில் பொதுமக்கள் தங்கள் அலுவல்களை செயத் தேவையான அலுவலகத் தொகுப்பு ஒவ்வொரு இயங்குதளத்திற்கும் இருப்பது தான். இந்தத் தொகுப்பு மென்பொருளில்

ஒருவர் உரையை தட்டச்சு இயந்திரத்தில் தட்டச்சு செய்வது போல பயன்படுத்தலாம். தட்டச்சடிக்கப்பட மென்பொருளும், கணிதவியலுக்கான மென்பொருளும், கரும்பலகைக்கான மென்பொருளும் ஆக மூன்றும் இருக்கும். மைக்ரோசாப்ட் ஆப்பிள் லினிக்ஸ் இயங்குதளங்களுக்குத் தனித்தனியாக இந்த சேவைகள் இருக்கின்றன. அதில் மைரோசாப்ட் ஆப்பிள் விலை கொடுத்து வாங்க வேண்டியது. ஆனால் திறவூற்று இயங்கு தளமான லினிக்ஸ், உபுன்டு ஆகியவற்றில் இலவசமாகத் தரமிறக்கிக் கொள்ளலாம். கூகுள் தன்னுடைய பயனாளர் அனைவருக்கும் கூகுள் சேமிப்பகம், கூகுள் உரைஎழுதி, கூகுள் விரிதாள், கூகுள் விசுவல் காட்சி என சில மென்பொருட்களை இலவச சேவையாகக் கொடுக்கிறது.

இந்த இலவச சேவை எந்த ஒரு இயங்குதளத்தையும் சார்ந்து இல்லாமல் ஒரு இணைய உலாவியில் செயல்படும் படி உருவாக்கப்பட்டது. மேலும் கூகுள் தான் முதன் முதலாக தங்களின் அலுவலகத்தொகுப்பு மென்பொருளை திறன்பேசியிலும் வேலை செய்வது போல அமைத்தது. இணைய உலாவியைச் சார்ந்து இந்த அலுவலகத்தொகுப்பு மென்பொருள் வேலை செய்வதால் இந்த ஆவணங்களுக்கு எந்த ஒரு ஆவண நீட்சிகள் கிடையாது.

அதனால் கூகுள் அலுவலகத் தொகுப்பு பலவிதமான நீட்சிகளாகத் தரவிறக்க உதவி செய்கிறது. முக்கியமாக லினிக்ஸ் இயங்கு தளத்திற்கு ஏதுவான ஆவணங்களாகவும், மைக்ரோசாஃப்ட் இயங்கு தளத்தில் வேலை செய்யும் ஆவணங்களாகவும் தரமிறக்கிக் கொள்ளலாம்.

கூகுள் சொற்செயலி கீழ்க்கண்ட ஆவண நீட்சிகளாகத் தரமிறக்க உதவுகின்றது.

- *.docx,*
- *odt,.*
- *rtf,.*
- *pdf,*
- *.txt.*
- *html.*
- *epub*

கூகுள் விரிதாள் செயலி

- *.xlsx*
- *.odt*
- *.pdf*
- *.html*
- *.csv (comma separated value)*
- *.tsv (tabula separated value)*

ஆகிய நீட்சிகளாக தரமிறக்க உதவுகின்றது.

கூகுள் நழுவல் காட்சி செயலியானது, கூகுள் சொற்செயலியைத் தரமிறக்க உதவும். ஆவண நீட்சிகள் தவிர, படங்களாகவும் தரமிறக்க உதவி செய்கின்றது. .epub நீட்சியாக தரமிறக்க உதவுவதில்லை. படங்களுக்கான நீட்சிகளாவன,

*   .jpg

*   .png

*   .svg

மேலே உள்ள நீட்சிகளின் விளக்கத்தை சுருக்கமாகப் பார்க்கலாம். இதனால் பயனாளர்களுக்குக் கணினியில் பயன்படுத்தும் ஆவணங்களைப் பற்றிய விழிப்புணர்வு வரும்.

சொற்செயலி மென்பொருட்களை , கணிதவியல் செயலி , படநீட்சிகள் இணைய நீட்சிகள் எனப் பிரித்துக் கொள்ளலாம்.

சொற்செயலிகளின் நீட்சிகள்:

.txt

.rtf.

Odt,

.doc

.docx

.txt நீட்சி:

இஃது ஓர் மிக அடிப்படையான உரை எழுதி என்று சொல்லலாம். *Text* என்ற ஆங்கில எழுத்தின் சுருக்கமே இந்த ஆவண நீட்சி. சிறு சிறு குறிப்புகளைத் தட்டச்சு செய்து வைக்க உதவும் *note pad,notepad++* போன்ற செயலிகள் கொண்டு இந்த நீட்சி கொண்ட ஆவணங்களைத் திறக்கலாம். அது தவிர *maicrosoft word libre office writer* என்ற திறவூற்று சொற்செயலியும் இதைத் திறக்கலாம். ஆப்பிள் இயங்கு தளத்தில் *text edi* என்ற இந்த ஆவணத்தில் உள்ள உரையை மாற்றி அமைக்கவோ , அழகு படுத்தவோ முடியாது. பயனரால் தட்டச்சு செய்யப்படும் உரை வரிசை வரிசையாக வரும். அச்சடிக்கப் பட வேண்டிய காகிதத்தின் அளவுகளை மாற்ற இயலாது. உரை ஒரே நீளமாக நிறுத்தாமல் வரும்.எல்லாக் கணினி வகைகளிலும் இது போல அடிப்படை உரைச் செயலி இலவசமாக இயங்கு தளத்தின் ஒரு பகுதியாக வரும். கணினிக்கு சொல்ல வேண்டிய சில கட்டளைகள், விவரங்கள் ஆகியவற்றை இந்த நீட்சி கொண்ட ஆவணங்களில் பார்க்கலாம், இந்த உரை நீட்சிக் கொண்ட ஆவணங்களை எந்த இயங்கு தளத்திலும் பாரபட்சமின்றி திறக்கலாம்.

.rtf நீட்சி:

Rich text formating என்பதன் சுருக்கமே *.rtf* நீட்சியின் பொருள். அதாவது ஒரு உரையின் எழுத்துருவின் அளவுகளை,நிறங்களை, அமைப்பை மாற்ற இயலும். இவ்வகை வசதிகள் சொற்செயலியில் மட்டுமில்லாமல், மின்னஞ்சல்கள், இணையப்பக்கங்கள் ஆகியவற்றிலும் பயன் படும்.

.odt நீட்சி:

Open document format என்பதன் சுருக்கமே *.odt* என்ற நீட்சி. இந்த நீட்சி திறவூற்றுத் தொழில்நுட்பங்களில் உருவான உரை ஆவணங்களைக் குறிக்கின்றது.

.doc,.docx நீட்சி:

மைக்ரோசாப்ட் மென்பொருளில் உருவாக்கப்படும் ஆவணங்கள் இந்த நீட்சிகளைக் கொண்டிருக்கும். *doc,* சொற்செயலியின் பழமையான *word 2007* பதிப்பிலிருந்து உருவாக்கப்பட்டது. *docx* என்பது அண்மையில் உள்ள *word* பதிப்புகளிலிருந்து உருவாக்கப்பட்டுள்ளது.*XML* தொழில்நுட்ப அடிப்படையில் ஆவணங்கள் சுருக்கப்பட்டுக் கொடுக்கப்படுவதையே நீட்சியின் கடைசியில் உள்ள *x* ஆங்கில எழுத்துக் குறிக்கின்றது. இதனால் ஆவணத்தின் அளவு குறைந்து இணையம் வழி பெரிய ஆவணங்களை அனுப்ப ஏதுவாகின்றது.

கோப்புகளின் மேலாண்மை:

கணினிக் கோப்பு மேலாண்மை என்பது ஓர் ஆவணத்தை உருவாக்குவதில் இருந்து அதன் பெயர் மாற்றி வைப்பது, ஒரு இடத்திலிருந்து இன்னொரு இடத்திற்கு மாற்றுவது, கோப்புகளை நகலெடுப்பது என்று பல வேலைகளைச் செய்ய கணினிக்கு உதவுவது ஆகும். இந்தக் கணினிக்கோப்புமேலாண்மை மனிதர்கள் சிறப்பாக செயல்பட உதவுவதோடு ஒரு கணினி திறம்பட வேலை செய்யவும் உதவுகின்றது. கோப்பு மேலாண்மைக்கு என்று பல மென்பொருட்கள் இன்று சந்தையில் இருக்கின்றன என்றாலும் சில அடிப்படைகளை பயனாளிகள் அறிந்து கொள்வது நன்மை பயக்கும்.

பயனாளர்கள் பொதுவாகக் கோப்புமேலாண்மையில் செய்யும் தவறுகளையும், விண்டோஸ் தளத்தில் கோப்புமேலாண்மைக்கு உதவும் சில அடிப்படை சிறு செயலிகளைப் பற்றியும் பார்க்கலாம். அதை அடுத்து பயனாளர் உருவாக்கிய கோப்புகளை சுருக்கு வழியில் எடுக்கும் பொருட்டு கணினி மேஜையில் உள்ள கோப்புகளை எவ்வாறு சரியான இடத்தில் வைத்து அதன் பின் மிகவும் வேறு ஒரு சுருக்குவழி அமைத்து அந்தக் கோப்பைப் பெறுவது என்ற செயல்முறைப் பயிற்சியின் வழி கோப்புமேலாண்மையை வழிகாட்டுதலோடு செய்து பார்க்கலாம்.

கோப்புமேலாண்மையில் செய்யும் தவறுகள்:

கோப்புமேலாண்மையில் முதலில் ஆசிரியர்கள் செய்யும் தவறு பல ஆசிரியர்கள் அவர்கள் பயன்படுத்தும் அனைத்துக் கோப்புகளையும் கணினித் திரையில் தெரியும்படி desktop இல் வைத்து இருப்பார்கள். இந்த முறை எளிதாக இருப்பது போலத் தோன்றினாலும், ஒருவர் தன் வேலையைக் குறைந்த நேரத்தில் சிறப்பாகச் செய்ய இயலாது. desktop என்பது ஒருவர் அன்றாடம் பயன்படுத்தும் மேசையைப் போன்றது. அந்த மேசையின் மீது பல கோப்புகளை அடுக்கி வைத்து இருந்தால் அந்த மேசையில் வேலை செய்வது எவ்வளவு கடினமானதோ அதே போலத் தான் கணினியின் desktop இல் ஒருவர் கோப்புகளை வைத்து இருப்பது.

மேலும் desktop இல் அதிகமான கோப்புகள் இருக்குமேயானால் நாம் கணினியைத் தொடங்கும் போது மேஜையில் உள்ள அனைத்துக் கோப்புகளையும் desktop இல் எடுத்து வைத்த பின்னரே மற்ற மென்பொருட்களைக் கணினியில் ஏற்ற ஆரம்பிக்கும். இதனால் கணினி நாளடைவில் மெதுவாகத் திறக்க ஆரம்பிக்கும். அதைவிட முக்கியமானது desktop இல் உள்ள கோப்புக்கள் கணினியில் ஏதாவது பிரச்சினை வந்து இடையில் நின்றுவிட்டால்(crash) desktop இல் உள்ள கோப்புகள் அனைத்தும் அழிந்து விடும்.

விண்டோஸ் கணினியில் கணினி அவ்வாறு இடையில் வேலைசெய்யாமல் நின்று விட்டால் கணினியை மீண்டும் மீட்டு எடுக்க வழிகள் உள்ளன. ஆனால் அவ்வாறு மீட்டெடுக்கும் போது கணினித்திரையில்(desktop) உள்ள கோப்புகளை மீட்டு எடுக்க இயலாது. கணினியில் உள்ள கோப்புகளைப் பாதுகாப்பிற்காக சேமிக்கும் போது(backup) கணினித் திரையில்(desktop) தெரியும் கோப்புகளைப் பாதுகாக்க இயலாது. எனவே நாம் கணினித் திரையில் தற்காலிகமாகப் பயன்படுத்தும் கோப்புகளை மட்டுமே வைத்துக் கொள்வது நன்மை பயக்கும்.

கணினி மேஜையில்desktop) கோப்புகளை வைக்காமல் முறையாக எங்கு வைப்பது என்பதை செயல்முறைப் பயிற்சியாக செய்து அறிந்து கொள்ளலாம். இதில் சில வரைமுறைகள் உள்ளன. இவ்வரைமுறைகளைப் பயன்படுத்துவது, பயனருக்கு மிகவும் உதவியாகவும் இருக்கும். ஒவ்வொரு பணிக்கும் ஒரு பிரதானக் கோப்பு ஒன்றை உருவாக்கி, அதனுள் ஒவ்வொரு ஆவண வகைக்கும் மீண்டும் கோப்புகளை உருவாக்கி அதனுள்தான் ஆவணங்களை சேமிக்க வேண்டும். கோப்பிற்குப் பெயர் வைக்கும் போதும் பயனரும் கணினியும் தேட வசதியாக இருக்கும் வகையில் கோப்பிற்குப் பெயர் வைக்க வேண்டும்.

கோப்பு மேலாண்மையை எளிதாகச் செய்யும் செயலி file explorer ரைப் பயன் படுத்தும் முறை:

விண்டோஸ் இயங்குதளத்தில் கோப்புகளை பலவகைகளில் உருவாக்கி , வரிசைப்படுத்தலாம். ஆனால் file explorer என்ற சிறு செயலி கோப்பு மேலாண்மைக்காக ஏற்கனவே இயங்குதளத்தில் உள்ளது. இந்த செயலியைப் பயன்படுத்துவதன் மூலம் பயனாளிகள் விரைவாக கோப்புமேலாண்மையைச் செய்ய முடியும்.

பொதுவாகக் கோப்புகளின் மேலாண்மையை file explorer என்ற செயலி வழியாகச் செய்யலாம். இந்தச் செயலி விண்டோஸ் இயங்குதளத்தின் ஒரு முக்கியமான பகுதியாகும். எனவே இது கணினித் திரையின் அடியில் இருக்கும் task bar இல் இருக்கும்.

விண்டோஸின் தொடங்கு தெரிவிலும் *file explorer* ரைக் காணலாம். *file explorer* கணினியில் உள்ள அனைத்துக் கோப்புக்கள், ஆவணங்கள், புகைப்படங்கள் காணொளிகள் என்று அனைத்தையும் உள்ளடக்கி இருக்கும். அதனால் நம் கணினியில் உள்ள அனைத்தையும் இதன் வழியாகப் பார்த்துக் கொள்ளலாம். இந்தச் செயலியை விண்டோஸில் தொடங்கு என்ற பொத்தானை அழுத்தியவுடன் நாம் கண்டு கொள்ளலாம்.

கொடுக்கபட்ட ஏதாவது ஒரு வழியில் *file explore* ரைத் திறக்க வேண்டும். செயலியைத் திறந்தால் *home, share, view* என்று மேற்புறம் பிரிக்கப்பட்டு இருக்கும்.

Home , view ஆகிய இரண்டு பட்டிகளையும் பயனாளர்கள் அதிகமாகப் பயன்படுத்துவர். *Share* என்பது மற்றவர்களுக்கு மின்னஞ்சல் (*Email*) செய்யவும், அச்சடிக்கவும்(*print*), தொலை நகல் (*fax*) அனுப்பவும், குறுந்தகடுகளில் பதியவும் (*burn*)பயன்படுத்தப்படுகின்றது.*View* என்பது கோப்புக்கள் எப்படித் தெரிய வேண்டும் என்று காட்டுகின்றது.

மின்னஞ்சல் (*Email*) செய்ய, சேவையை நாமே பயன்படுத்த விண்டோஸ் இயங்கு தளத்தில் உள்ள *Mail outlook* போன்ற சேவைகள் தானியக்கமாக வேலை செய்யும்படி அமைத்து இருக்கவேண்டும். தேர்வு செய்யப்பட்ட கோப்பையோ ஆவணத்தையோ அச்சிட, இயந்திரத்துடன் கணினி இயக்கப்பட்டு அதன் செயலியும், கணினியின் இயங்கு தளமும் தொடர்பில் இருக்க வேண்டும். *Burn* என்னும் குறுந்தகடுகளில் பதிவு செய்ய *CD Rom* இணைக்கப் பட்டு இருக்க வேண்டும். *share* என்பது ஒவ்வொரு கணினிக்கும் , கணினியில் இருக்கும் மின்னஞ்சல் செயலி, கணினியோடு இணைந்திருக்கும் மற்ற கட்டமைப்புகளைக் கொண்டது.

இந்த செயலியின் திரை இரு பாகங்களாகப் பிரிந்து இருக்கும். வலது பக்கம் குறுகி இடது பக்கத்தில் கணினியில் உள்ள பல பிரதானக் கோப்புக்கள் இருக்கும்.

File Explore இன் இடப்பக்கம் சில முக்கிய பிரதான கோப்புக்கள்:

- *Quick access*, அண்மையில் பயன்படுத்திய ஆவணங்கள்.

- *One drive* ஆபீஸ்365 இன் இணைய சேமிப்பகம்.

- *This PC*- கணினியும் அதற்குள் அடங்கிய கோப்புக்களும்.

- *3dobject*(நாம் வரையும் முப்பரிமாணப்படங்கள்).

- *Desktop* கணினித் திரை.

- *Documents* தானியக்கமாக கணினி ஆவணங்களை சேமிக்கும்இடங்கள்

- *Downloads* தானியக்கமாக தரவிறக்கம் செய்யப்படும் ஆவணங்கள்.

- *Pictures* படங்கள்.

- *Music* பாடல்கள் ஒலிக்கோப்புக்கள்.

27

- *Video* காணொலிகள்.

- *Windowspc* கணினியில் இருக்கும் அனைத்து மென்பொருட்களின் கோப்புப்பட்டியல்.

- *Libraries* கோப்புக்களின் குறிப்புகளைத் தாங்கிய நூலகம்.

- *Network* கணினியின் கட்டமைப்புக்கள்.

ஆகிய கோப்புக்களின் விவரங்கள் அடங்கிய பட்டியல் இருக்கும்.

இடப்பக்கத்தில் உள்ள இந்தப்பட்டியலில் ஒவ்வொரு கோப்பின் பெயருக்கும் பக்கத்தில் உள்ள அம்புக்குறியை அழுத்தினால் ஒவ்வொன்றுக்குள்ளும் அடங்கி இருக்கும் கோப்புக்கள் தெரியும். அல்லது பட்டியலில் உள்ள பெயரைச் சொடுக்கினால் அதன் உள்ளே உள்ள அத்தனைக் கோப்புக்களும் வலது பக்கத் திரையில் தெரியும். இந்த வலது பக்கத்தில் திரையில் வலதுபக்கம் சொடுக்கினால் *(rightclick with the mouse)* பயனாளரால் செய்யக்கூடிய பலசெயல்கள் வரும்.

Home **பட்டி:**

சிலருக்கு, வலப்பக்கம் சொட்டுக்கித் தெரிவு செய்வது சிரமமாக இருக்கும். அவர்கள் வலது பக்கம் சொடுக்கி செய்யும் வேலைகள் அனைத்தையும் மேலே உள்ள *home* பட்டி வழியாகவும் செய்யலாம்.

Home பட்டியில் தான் கோப்புகளை மேலாண்மை செய்ய இயலும். இந்தப் பட்டியின் வழியாக நாம் செய்யும் செயல்களாவன,

1. புதிய கோப்பைத் தயாரித்தல்.

2. கோப்புகளுக்குப் பெயரிடுதல்.

3. கோப்புகளை இடம் மாற்றுதல்.

4. கோப்புகளையும் ஆவணங்களையும் நகலெடுத்தல்.

5. கோப்புகளுக்கும் ஆவணங்களுக்கும், பெயர் மாற்றுதல்.

Home பட்டியில் ஒரு கோப்பை உருவாக்கும் சரியான இடம் *windows documents*. அதற்குச் செல்ல *File explore* பயன்படுத்தலாம். *windows documents* என்பது விண்டோஸ் இயங்குதளம் பயனீட்டாளர்களுக்காக உருவாக்கி இருக்கும் இடம் . கணினியில் ஒரு பயனர் என்றால் ஒருவருக்கும், பல பேர் என்றால் அவர்கள் அத்தனைப் பேருக்கும் ஒரு கோப்பே இயங்குதளத்தை தானாகவே உருவாக்கி வைக்கும். பெரும்பாலான பயனர்கள் தங்கள் தனிப்பட்ட ஆவணங்களைக் கோப்புகளில் வைக்காமல் அவர்களுடைய கணினியின் மேசையாக செயல்படும் திரையிலேயே வைத்து இருப்பர். இது *file explorer* திரையின் வலது பக்கத்தில் இருக்கும். இந்தக் கோப்புக்குள் ஆசிரியர் தன் வகுப்புக்கான கோப்பை உருவாக்கிக் கொள்ளலாம். அல்லது பயனாளிகளுக்கு ஏற்ப ஒரு கோப்பை உருவாக்கலாம்.

புதிய கோப்பை உருவாக்குதல்:

- ஒரு தனிநபர் தனக்குச் சொந்தமான கோப்பினை உருவாக்க *file explorer* திரையின் வலது பக்கத்தில் உள்ள *documents* என்ற கோப்பைத் தெரிவு செய்ய வேண்டும்.

- திரையின் வலது பக்கத்தில் உள்ள *documents* என்பதைத் தெரிவு செய்து அங்கே வகுப்பிற்கான கோப்புக்களை உருவாக்க வேண்டும்.

- அப்படி உருவாக்கப்பட்ட கோப்பு *new folder* என்ற பெயருடன் உருவாகும். கோப்பின் பெயர் நீலநிறத்தில் இருக்கும்.

- அந்த நீலநிறத்தில் பயனாளர் கோப்பிற்கான பெயரை வைக்கலாம்.

- வகுப்பின் கோப்பிற்கான ஒரு பிரதான கோப்பை உருவாக்கி அதன் உள்ளே ஒவ்வொரு கோப்பு வகைக்கும் ஒரு கோப்பு தயாரித்து அதில் ஆவணங்களைச் சேரிக்கலாம்.

கோப்புக்களுக்குப் பெயரிடும் முறை:

கோப்பு மேலாண்மையில் கோப்பிற்கு பெயரிடுதல் மிக முக்கியம். ஏனெனில் கணினி தேடுவதற்கு மிகவும் உதவியாக இருக்கும். பல பயனாளர்களுக்குக் கோப்புக்களின் பெயர் மறந்து விடும். அதனால் அதைத்தேட நேரம் செலவாகும். அதைத் தடுக்கக் கோப்புக்களுக்குப் பெயர் இடுவது எண்வடிவத்தில் வருடம் தேதி/மாதத்தின் முதல் மூன்று எழுத்துக்கள் அதை அடுத்து _ குறியை இட்டு கோப்பின் விவரம், என்று பெயரிட்டால் கோப்புகள் வரிசையாக இருக்கும். தேடுவதும் எளிது தேதி வாரியாக இருந்தால் கோப்புக்கள் தானாகவே ஏறுவரிசைக்கிராமத்தில் இருக்கும். அதன்படி அமைத்தால் விரைவாக அந்தக் கோப்பை அடையலாம்.

சான்றாக தமிழ் அநிதம் இணைய தளத்திற்கான ஆவணங்களை கோப்புக்குள் இட வேண்டும் என வைத்துக் கொள்ளலாம். நான்கு உரை ஆவணங்கள், இரண்டு ஒலி ஆவணங்கள், ஒரு காணொளி, மூன்று படங்கள் இருக்கின்றன என்றால், ஒரு சொற்செயலி ஆவணம், படங்கள் தயாரிக்கும் மென்பொருட்களின் ஆவண வகைகள், பட ஆவணங்கள். காணொளி தயாரிக்க உதவும் ஆவணங்கள், மற்ற ஆவணங்கள் போன்றவை டிசம்பர் மாதம் ஆறாம் தேதி 2023 ஆம் ஆண்டு உருவாக்கப்பட்டன என்று கொண்டால் கோப்பின் பெயர்கள், *2023Dec6_Tanitham_word, 2023Dec6_Tanitham_excel, 2023Dec6_Tanitham_jpg, 2023Dec6_Tanitham_audio, 2023Dec6_Tanitham_video 2023Dec6_Tanitham_ miscellaneous* என்று கோப்புக்களின் பெயர் வைக்க வேண்டும்.

File explorere இல் கோப்புக்களைப் பார்வையிட *view,* பட்டியின் கீழ் இருக்கும் *type*(வகை). *date*(தேதி) *size*(அளவு) ஆகிய விவரங்களை சரியானபடி பயன்படுத்தி பயனரின் நேரம் வீணாவதை இப்பெயரிடும் முறை தவிர்க்கும்.

பயனாளியின் பிரத்யேக நூலகம்(*Windows libraries*)

Desktop இல் கோப்புக்களைக் குவித்து வைத்துக் கொள்வதற்குப் பதில் இந்த பிரத்தியேக நூலகத்தைப் பயன்படுத்த வேண்டும். பயனர் அடிக்கடி பயன்படுத்தும் கோப்புக்களைக் கணினியே இவ்வாறு எளிதாக எடுத்து வைத்து *file explorer* இல் காட்டும். பயனாளிகளின் நூலகம் என்பது கோப்புக்களைப் பாதுகாப்பாக வைத்துக் கொள்ள உதவும். பணியில் கணினியைப் பயன்படுத்தும் போது ஒரே வலையமைப்பில் இருப்பவர்களுடன் கோப்புக்களைப் பகிர்ந்து கொள்வதற்கு இது மிகவும் வசதியாக இருக்கும்.

கணினியை மீட்டு எடுக்கும் போதோ கணினியில் உள்ள அனைத்து விவரங்களையும் பாதுகாக்கும் போதோ (*backup*) நூலகத்தில் உள்ள அனைத்துக் கோப்புகளும் பாதுகாக்கப்படும். பயனாளிகளின் நூலகம் என்பது, நம்மிடம் இருக்கும் அனைத்து ஆவணங்களையும் ஓர் இடத்தில் சீராக வைத்துத் தேவையான போது எளிதாக அதைப் பயன்படுத்துவதாகும். இந்த மென்பொருளை அதிகமாக யாரும் பயன்படுத்துவதில்லை. ஆனால் கணினித் திரையில் (*desktop*) மேஜையில் வைப்பதை விட இங்கு வைப்பது பாதுகாப்பானது. ஏற்கனவே தயாரித்து வைத்திருக்கும் கோப்புக்களை இங்கே குறிப்பிட்டுச் சேர்க்க இயலும். அதனால் நாம் எளிதாக நம்முடைய கோப்புக்களையும் ஆவணங்களையும் பெற முடியும்.

File explorer சாளரத்தில் இதன்பக்கத்தில் தானாகவே *liberary* என்ற கோப்புத் தெரியும். அப்படித் தெரியவில்லை எனில் *File explorer* இன் *view* என்ற பட்டியைத் தெரிவு செய்து அதில் *navigation* ஐத் தேர்தெடுத்து *library* என்பதைத் தேர்வு செய்ய வேண்டும். அப்படியே கோப்புக்களின் நீட்சியைக் காட்டும் படித் தேர்வு செய்ய வேண்டும். இப்போது *File explorer* சாளரத்தின் மீது பக்கத்தில் *library* என்பதைத் தேர்வு செய்ய வேண்டும். அதில் உள்ள கோப்புகள் சாளரத்தின் வலது பக்கம் தெரியும். அதனுள் படங்கள், ஒலிக்கோப்புகள், காணொளியின் கோப்புகள் ஏற்கனவே இருப்பதைக் காணலாம். கணினியே தானியக்கமாக இவற்றை உருவாக்கி விடுகின்றது. *Documents liberary* யும் ஏற்கனவே உருவாக்கப்பட்டு இருக்கும். இந்தத் திரையில் நமக்குத் தேவையான கோப்புக்களை நாம் வகுப்பு வாரியாக நூலகமாக மாற்றிக் கொள்ளலாம்.

1. பயனாளருக்குத் தேவையான ஒரு நூலகத்தை உருவாக்க சாளரத்தின் வலது பக்கத்தில் வலதுசொடுக்கு செய்து *new library* என்பதைத் தேர்வு செய்ய வேண்டும்.

2. புது *library* உருவாக்கியவுடன் அதற்குப் பெயர் சூட்ட வேண்டும் .

3. அதன் பின் அதை வலப்பக்கம் சொடுக்கித் திறக்க வேண்டும்.

திறந்தவுடன் கோப்பை சேர்க்க வேண்டிய சாளரம் திறக்கும்.

நமக்குத் தேவையான கோப்பு, அல்லது நாம் உருவாக்கி இருக்கும் கோப்பைத் தேடிச் சேர்க்க வேண்டும். பொதுவாக இந்த சாளரம் ஏற்கனவே இருக்கும் கோப்பிற்கு ஒரு குறுக்கு வழி தான், இதனால் கோப்பைத் திறக்கும் முன்பே சொன்னது போல உருவாக்கிய அசல் கோப்பை இங்கு தான் பயனாளர் உருவாக்கி சேமித்து வைக்க வேண்டும்.

கோப்பு நூலகத்தில் சேர்க்கப்பட்டதற்கு அடையாளமாக நமது கோப்புக்களும் அவற்றின் இடத்தைக் குறிக்கும் சுட்டியையும் காட்டும். அதாவது நூலகம் நாம் உருவாக்கிய

அசல் ஆவணங்களை அடையும் சுருக்கமான வழியை உருவாக்கி விட்டது என்று பொருள். இவ்வாறு உருவாக்கிய நூலகத்தை நாம் தொடக்கத் தெரிவில் சேர்த்தால் நமது வேலை இன்னும் சுலபமாக முடியும்.

இயங்குதளத்தின் தொடங்கு தெரிவில் மாற்றி அமைத்தல்:

My documents இல் உருவாக்கப் பட்ட ஆவணத்தையோ, கோப்பையோ அடைய *file explorer* இன் இடது பக்கத்தில் பார்த்தாலே தெரியும். ஆனால் அஃது ஒரு சுருக்கு வழி கிடையாது. பயனாளிகள் உருவாக்கிய கோப்பை ஒரு நூலகமாக சேர்த்து வைப்பது அவர்களின் நேரத்தை சேமிக்க உதவும்.

தொடக்கத் தெரிவில் கோப்பை இணைத்தல்:

பொதுவாக தொடக்கத் தெரிவுப்பட்டியலில் இருக்கும் கோப்புக்களை எளிதாகப் பயனாளிகளினால் விரைவாக அணுகமுடியும். பயனாளர் தனது கோப்புகளை கணினித் திரையில் வைத்து இருப்பதை விட இஃது ஒரு சிறந்த வழியாகும். தொடக்கத் தெரிவு முக்கியமான கோப்புக்களை அடைய ஒரு குறுக்கு வழியாகும். பயனாளர்களுக்குத் தேவையான கோப்புக்கள் ஏற்கனவே தனியாக சேமித்து வைக்கப்பட்டு இருந்தாலும், தனியாக ஒரு கோப்பைப் பயனாளிகள் உருவாக்கிக் கொள்வது கோப்புக்களை ஒரு முறைமையோடு வைத்திருக்க உதவும். நூலகத்தில் பயனாளர் தனது பாதுகாப்பிற்கான பிரத்யேக நூலகத்தை உருவாக்கியபின், அந்த நூலகத்தை வலப்பக்கம் சொடுக்கி *pin to start,* என்ற தெரிவைத் தேர்ந்தெடுத்தால், தொடக்கத் தெரிவில் சதுரமான ஒரு ஒடு இருக்கும். கீழே உள்ள படத்தில் கூகுள் வகுப்பு என்று பெயரிடப்பட்ட கோப்பு தொடக்கத் தெரிவில் சேர்க்கப் பட்டதையும், அந்தக் கோப்பு ஒரு சதுர வடிவ ஓடு போல இருப்பதையும் காணலாம்.

காப்புரிமை இன்றைய படைப்புகளில் முக்கியத்துவம் வாய்ந்த ஒரு விதியாகும். ஒரு கட்டுரையாளர் அவற்றைத் தங்கள் கட்டுரையில் இணைத்து அவர்களின் கருத்துக்களை வலுப்படுத்துவது மிகவும் முக்கியம். அதற்காக, ஒரு பயனர் தனக்குப் பொதுவாகத் தெரியாத கருத்துகளை சேகரித்து வெளியிடும் போது கருத்து சேகரித்த விவரங்களை இட வேண்டும். அப்படி இடாவிட்டால் அது கருத்துத் திருட்டு எனப்படும். எனவே, கட்டுரைகளின் உள்ளேயும், முடிவிலும் ஆசிரியர் குறிப்பிடும் கருத்துகளுக்கு ஆதாரங்கள் வைக்கப்பட வேண்டும். எப்போதுமே கட்டுரைகளின் இறுதிக் குறிப்பாக துணை நூல் பட்டியல்கள் உண்டு. அவை சாதாரண கட்டுரைகளுக்குப் பொருந்திப் போகலாம். ஆனால் ஆய்வுக்கட்டுரை எனும் போது, எது கட்டுரையாளரின் கருத்து, எவை ஆதார வளங்களிலிருந்து எடுக்கப்பட்ட கருத்து எனத் தெளிவாகத் தெரியவேண்டும். இல்லையேல் அக்கட்டுரை கருத்துத் திருட்டு கொண்டதாகக் கருதப்படும். மேற்கோள் காட்டி எழுதும் போது நூலின் பெயர், ஆசிரியரின் பெயர், நூலின் பதிப்பக விவரம் போன்ற விவரங்கள் சொல்லப்பட்ட கருத்துக்குப் பின்னால் அடைப்புக் குறிக்குள் கொடுக்கப்பட வேண்டும்.

அமெரிக்காவின் இந்திய மாநிலமான பிரிட்டு பல்கலைக்கழகத்தின் ஆங்கிலத் துறையின் வலைத்தளம் எவ்வாறு சான்றுகளை வழங்குவது என்பது குறித்து எளிய ஆங்கிலத்தில் சிறந்த விளக்கத்தை வழங்குகிறது. *https://owl.purdue.edu/owl/research_and_citation/resources.html*

இந்தத் தளம் அனைத்துத் தர எழுத்தாளர்களுக்கும் ஒரு பெரிய வரப்பிரசாதம். தளத்தின் கூற்றுப்படி, ஐந்து முக்கிய வகையான சான்றுகள் உள்ளன. ஒரு துறைக்கு ஒரு வகை, ஐந்து

பிரிவுகளாகப் பிரிக்கப்பட்டுள்ளன. ஏபிஏ பாணி, நவீன மொழி சங்கம் (சிஎம்எஸ்), சிகாகோ கையேடு ஆஃப் ஸ்டைல் (ஐஇ) மற்றும் ஏஎம்ஏ (அமெரிக்க மருத்துவ சங்கம்) போன்ற அனைத்து மேற்கோள் பாணிகளும் அவ்வப்போது திருத்தப்பட்டு புதிய பதிப்புகளாக வெளியிடப்படுகின்றன.

முதல் வகை, அமெரிக்க உளவியல் சங்க பாணி, மன தத்துவம், சமூக அறிவியல் மற்றும் மானுடவியல் துறைகளில் பயன்படுத்தப்படுகிறது. கல்வித் தொழில்நுட்பக் கட்டுரைகள், மானுடவியல் மற்றும் சமூகவியல் ஆராய்ச்சியாகும். எனவே அவை ஏபிஏ பாணி முறையைப் பின்பற்ற வேண்டும்.

அதே நேரத்தில் இரண்டாவது வகை எம்.எல்.ஏ (நவீன மொழி சங்கம்), அதன் பெயர் குறிப்பிடுவது போல, மொழியியல் ஆராய்ச்சி கட்டுரைகளுக்குப் பயன்படுத்தப்படுகிறது.

மூன்றாவது ஆதார முறை இப்போது தமிழர்களிடையே பரவலாகப் பயன்படுத்தப்படுகிறது. சி.எம்.எஸ் (சிகாகோ கையேடு ஆஃப் ஸ்டைல்) என்பது அடிக்குறிப்புகள் மற்றும் ஒரு சப்டைட்டிலுடன் ஆதாரங்களை வழங்குகிறது. மேலும் இறுதியில் உள்ள இரண்டும் பொறியியல் மற்றும் மருத்துவத்திற்கான சான்று அணுகுமுறைகள் ஆகும்.

ஒரு ஆராய்ச்சிக் கட்டுரைக்கு ஆதரவு ஆதாரங்களை வழங்கும்போது, கட்டுரைக்குள் மேற்கோள் காட்டப்பட்ட கருத்துகளுக்கு அருகில் உரை மேற்கோளை வழங்க வேண்டும். உரைக்குள் ஆதாரத்தை வழங்கும்போது, அஃது ஒவ்வொரு வடிவத்திற்கும் ஏற்ப ஒழுங்கமைக்கப்பட வேண்டும். ஏபிஏ பாணியில் நீங்கள் ஆசிரியரின் பெயர் மற்றும் வெளியிடப்பட்ட ஆண்டு இரண்டையும் கொடுக்க வேண்டும். மொழிக்கான ஆராய்ச்சிக் கட்டுரைகளில், ஆசிரியரின் பெயர், குறிப்பு, பக்கஎண்ணாகக் குறிப்பிடப்பட வேண்டும். சி.எம்.எஸ் வகைக் கட்டுரைகளில், ஆசிரியர் ஒரு உரை சாட்சியத்தைத் தேதியாக வழங்க வேண்டும்.

இத்தகைய ஒவ்வொரு வகையையும் பயனர் நினைவில் வைத்துக் கொள்ளவோ அல்லது முறை பிறழாமல் எழுதவோ சொற்செயலியின் செயல்கள் உதவுகின்றன. இன்று புழக்கத்தில் இருக்கும் ஒவ்வொரு கட்டுரை வகைக்கும் இருக்கும் சான்றுரை முறைகளை நினைவு வைத்துக் கொள்வது கடினம். அதனால் ஆய்வுக்கட்டுரைகளின் தரவு சேமிப்பகமாகவும் சொற்செயலிகள் விளங்குகின்றன. ஒரு பயனரின் கட்டுரை விவரங்களையும் சேமிக்கச் சொற்செயலிகள் உதவுகின்றன. படைப்பாளரைப் பற்றிய நுண்ணிய விவரங்களை சொற்செயலிகள் எடுத்துக் கொடுக்கின்றன. எடுத்துக் கொடுப்பதோடு மட்டுமல்லாமல், அவற்றைப் பாதுகாக்கவும் செய்கின்றன.

ஒரு சொற்செயலி ஆவணத்தை மின்னஞ்சலில் அனுப்பும் போது மூன்று விதமாக அனுப்பலாம். ஒரு பார்வையாளராக, ஒரு தொகுப்பாளராக என்று பிரிக்கலாம். இணையத்தில் இருக்கும் பல கோடித்தரவுகளோடு ஓர் ஆவணத்தை ஒப்பிட்டு, ஒரே மாதிரியான சொற்கள், ஒரே மாதிரியான வாக்கியங்கள் ஓர் ஆவணத்தில் எவ்வளவு இருக்கின்றன என்பதைக் கண்டுபிடிக்கவும் இன்று தொழில்நுட்பங்கள் உள்ளன. ஆய்வுக் கட்டுரைகள் இவ்வாறு சோதிக்கப்பட்ட பின்பே ஆய்விதழ்களில் ஏற்றுக் கொள்ளவும் படுகின்றன.

பயிற்சிகள்:

இந்தப் பாடத்தில் ஒரு பக்க ஆவணம் தயாரிக்கப் போகின்றோம். அதில் படங்கள், அட்டவணைகள், இணையச்சுட்டிகள், வடிவங்கள், வரிசைப் படுத்துதல், இணையக் குறிப்பு, ஆவணத்தைப் பற்றிய கருத்துகள், தேதி, பக்க எண் , மேற்குறிப்பு, அடிக்குறிப்பு போன்றவற்றை செய்யப் போகின்றோம்.

கோப்புக்களை உருவாக்குதல்:

கோப்பு ஒன்றை அதற்கு தேதி (வருடம், மாதம்,நாள்) ஆவணத்தின்பெயர் *+Underscore+* உங்கள் பெயரின் *initial+* உங்கள் மாணவர் எண் அல்லது பெயரின் முதல் இரு எழுத்துக்களை இட்டுக்கொள்ளவும்.

(எ.கா) *20031212_ Myresearch_SN* பொதுக் கோப்பிற்குப் பெயர் இடும் விதம்

இந்தப் பொது கோப்புக்குள்ளேயே இன்னும் இரண்டு கோப்புக்களை உருவாக்கி ஊடகங்கள், உரை என்று பெயரிடவும் எ.கா (தேதிMedia, தேதி text).உரைக் கோப்பு ஒன்றை உருவாக்கவும்.

(எ.கா) *20031212_MyreserchMedia* ஊடகங்களுக்கானக் கோப்பிற்குப் பெயர் இடும் விதம்

(எ.கா) *20031212_Myreserchtext* உரை ஆவணங்களுக்கானகோப்பிற்குப் பெயர் இடும் விதம்

சொற்செயலி ஆவணத்தை உருவாக்குதல்:

உரைக்கானக் கோப்பிற்குள் சென்று வலது பக்கம் சொடுக்கி ஒரு புதிய சொற்செயலி ஆவணத்தை*(new word document)* உருவாக்கவும், இரண்டு பக்கத்திற்கு தட்டச்சு செய்து கோப்பிற்குள் உரியபெயர் இட்டு சேமித்து வைத்துக் கொள்ளவும்.

(எ.கா) *20031212_MyreserchSN*

உங்கள் கட்டுரைக்குப் பொருத்தமான மூன்று படங்களைத் தேடி உரியக் கோப்பில் சேர்த்துக் கொள்ளவும்.

Insert செருதல் பட்டியைப் பயன்படுத்திப் பார்த்தல்:

பலவிதமான ஊடகங்களையும் இன்ன பிற செய்திகளையும் செருகுதல் பட்டியில் கிடைக்கும். ஒவ்வோரு சொற்செயலிப் பட்டியலிலும் இந்தப்பட்டி பல்வேறு வகையில் வேலை செய்யும் எனவே செருகுதல் பட்டியில் கொடுக்கப்பட்ட ஒவ்வோன்றையும் உரை ஆவணத்திற்குள் செருகி எப்படி செயல்படுகின்றது எனச் சோதித்துப் பார்க்கவும்.

3. சொற்செயலிகளின் அடிப்படைப் பணி

ஒரு அலுவலகத்தில் செய்யும் வேலைகள் அனைத்தும் இன்று குறுஞ்செயலிகளாக வந்துவிட்டன. அலுவலகங்களில் மட்டுமல்ல, கல்வி நிலையங்களில் செய்யப்பட்ட அனைத்துச் செயல்களும் குறுஞ்செயலிகள் வடிவில் வந்து விட்டன. அஞ்சல் துறைக்குப் போட்டியாக மின்னஞ்சல்களும், குறுஞ்செய்திகளும் வந்து விட்டன. அச்சுநூல்கள் இணையதளங்களாகவும், வலைப்பூக்களாகவும், மின்னூல்களாகவும், காணொளிகளாகவும் வரத் தொடங்கிய காரணத்தினால் சொற்செயலி ஓர் இயந்திர செயலாளராகச் செயல்பட ஆரம்பித்தது. ஒரு சொற்செயலியைத் தட்டச்சு இயந்திரமாக மட்டுமே இயக்குவது ஒரு பேருந்தை எடுத்துக் கொண்டு மிதி வண்டி ஓட்டுவது போலத்தான். தட்டச்சு இயந்திரத்தில் உரைகள் மட்டுமே உருவாக்க இயலும். ஆனால் சொற்செயலியில் பதிமூன்று வகையான விசயங்களை ஒரு உரையின் எந்த இடத்திலும் இணைத்துக் கொள்ள முடியும். இதையெல்லாம் கூட ஒரு உரை ஆவணத்தில் இணைக்க முடியுமா என்று வியக்கும் படியாகப் பலவற்றை ஓர் ஆவணத்திற்குள் இணைத்துக் கொள்ளமுடியும். தட்டச்சு இயந்திரத்தில் அவ்வாறு செய்ய இயலாது.

உதாரணத்திற்குப் படங்களை இணைப்பது, அலங்கார சொற்களை உருவாக்குவது, எழுத்துப்பிழை இலக்கணப் பிழை பார்ப்பது, அகரவரிசையிலும் நகர வரிசையிலும் வரிசைப்படுத்துவது, கணினியில் தட்டச்சு செய்த ஆவணத்தை, உடனே ஓர் இணையப் பக்கமாக மாற்றுவது எனப் பல விஷயங்களை கணினித் தொழில்நுட்பம் பயனாளருக்குத் தருகிறது. இந்த வகையில் மைக்ரோசாப்ட் வேர்டு, கூகுள் ஆவணங்கள், ஆப்பிள் நிறுவனத்தின் பேஜஸ் திறவூற்று சொற்செயலி ரைட்டர் இந்த மூன்று வகை சொற்செயலிகளும் ஏறத்தாழ ஒரே மாதிரியாகச் செயல்பட்டாலும் அவற்றிற்கிடையே சில வேறுபாடுகளும் உள்ளன.

சொற்செயலியினால் செய்யக் கூடிய பணிகள் கீழே பட்டியலிடப்பட்டுள்ளன.

சொற்செயலிகளின் சிறப்பான பண்புகள்:

1. பல மொழிகளில் தட்டச்சு செய்ய இயலும்

தட்டச்சு இயந்திரத்தில் ஒரு மொழியில் தான் தட்டச்சு செய்ய முடியும். ஆனால் உலகிலுள்ள அனைத்து மொழிகளிலும் கணினியின் ஒரே மொழி விசைப்பலகையைக் கொண்டு பல மொழிகளில் தட்டச்சு செய்ய முடியும். கணினியின் விசைப்பலகைகள் பெரும்பாலும் ஆங்கிலத்திலேயே இருக்கின்றது. ஆனால் எந்த மொழியையும் தட்டச்சு செய்யக் கூடிய இடை முகங்களை இயங்கு தளங்கள் கொடுத்துள்ளன. தட்டச்சு செய்வது மட்டுமல்ல, அந்தந்த மொழிகளுக்கான அகராதிகளையும் கணினியில் *Microsoft language pack,* அல்லது *Libre office language pack* என்ற தேடு பொறிகளில் தேடினால் பயனருக்குத் தேவையான மொழி கிடைக்கும்.

2. எழுத்துருக்களின் பண்பு

தட்டச்சு இயந்திரம் ஒரே எழுத்துரு(font), ஒரே அளவு கொண்டவையாக இருக்கும்.

ஒரு தட்டச்சு இயந்திரத்தில் விசைப்பலகையில் உள்ள எழுத்துக்கள் ஏற்கனவே செதுக்கப்பட்ட எழுத்துக்கள். அவற்றை மாற்ற இயலாது. ஆனால் சொற்செயலியைப் பயன்படுத்தும் போது ஒரே சொல்லில் கூட பல வகை எழுத்துருக்களையும் எழுத்துருவின் அளவையும் மாற்ற இயலும். இந்த வரம்பை சொற்செயலி தகர்க்கிறது. கையழுத்துப் பிரதிகளில் கலைநயத்தைக் காட்டும் எழுத்துக்களைப் போல எழுத்துருக்களையும், அதன் அளவையும் மாற்ற முடிகிறது. காகிதத்தில் தட்டச்சு செய்யப்படும் உரை மேலிருந்து கீழாகவும், வலப்பக்கத்திலிருந்து மட்டும் தான் உரை நகரும். சொற்செயலியில் உரையை நகலெடுத்து ஒட்டுவது போன்ற செயல்கள் வழி உரையை எப்படி வேண்டுமானாலும் மாற்றிக் கொள்ளலாம்.

பல வடிவங்களில் எழுத்துருக்கள் கிடைக்கின்றன. இது போல தட்டச்சு இயந்திரத்தின் பணிகளை அடிப்படையாகக் கொண்டு சொற்செயலிகள் உருவாக்கப்பட்டுள்ளன. ஒரு இயந்திர தட்டச்சு செய்யும் எல்லா வேலைகளையும் அதற்கு மேலாகவும் சொற்செயலிகள் செய்கின்றன. சீனம், உருது எழுத்துக்களையும் சிறப்பாக தட்டச்சு செய்ய இயலும். கீழிருந்து மேலாக வலப்பக்கமிருந்து இடப்பக்கமாக என்று எப்படி வேண்டுமென்றாலும் எழுதிக் கொள்ளலாம்.

3. உரையின் இடையில் செருதல்.

உரைக்கு நடுவில், படங்கள் (pictures, icons, shapes,icons screenshots 3d models) புள்ளி விவர விளக்கக் காட்சிப்படம்(charts) காணொளிகள்(video)அட்டவணைகள்,(tables) பக்க எண், தேதி என்ற பொது பொருண்மைகளைத் தவிர ஓர்உரைக்குள்ளே உரைப்பெட்டியை இணைத்து அதனுள் கூட இட முடியும். ஒரு சொல்லை அதிவிரைவாக அலங்காரச் சொல்லாக மாற்றலாம். ஆவணத்திற்குள் நேரடியாக இணையச் சுட்டிகளை இணைக்கலாம். ஒரு சொல்லை ஆவணத்தின் ஒரு பகுதிக்குச் செல்ல வைக்க இயலும்.(cross reference) முக்கியமான இடத்தைக் குறித்தல் (book mark) அடையாளச்சின்னங்கள் (symbols) நூற்பாக்கள் (equation) ஆகியவற்றையும் உரையின் இடையில் சொருகிக் கொள்ளலாம். பிற ஆவணங்களில் இருந்து உரையை மட்டும் கூட செருகிக் கொள்ளலாம். பிற மொழி ஆவணங்களை ஒன்று சேர்க்க இது மிகவும் எளிதான வழியாகும்.

4. நூலின் அம்சங்கள்

ஒரு நூலுக்குத் தேவையான முகப்புப் பக்கம், பொருளடக்கம், அகராதி, அகரவரிசை அட்டவணை, சான்றுரைகளை சேர்த்தல், ஆவணம் முழுவதாகவோ, அல்லதுஒரு பக்கத்திலோ செய்தித் தாள்களில் வருவது போல நெடுவரிசைப் பத்திகளையும் (columns) இணைத்தல் போன்ற செயல்களைச் செய்ய இயலும். பக்கங்களின் விவரம் ஆகியவற்றைச் சொற்செயலி மூலம் செய்து விட முடியும். கலைச் சொல் அகராதி, சான்றுரைகள் ஆகியவற்றையும் இணைக்கலாம். ஒரு ஆவணத்தில் வேறுபட்ட தலைப்புக் குறிப்புகள் (different headers) அடிப்பக்கக் குறிப்பு (different footers) இடுவதற்கு வசதியாகப் பிரிவுகளை (section) இடலாம். நிரல்கள், சட்ட ஆவணங்கள், நீதியுரைகள் போன்ற சில குறிப்பிட்ட ஆவணங்களின்

ஒவ்வொரு வரிக்கும், எண்கள் குறிப்பிட்டு இருக்க வேண்டும். அம்மாதிரியான ஆவணங்களுக்கு எண்களை இடுவதும் வசதி.

5. ஆவணப் பகிர்வு

பலரிடம் ஆவணங்களைப் பகிர்ந்து அவர்களின் கருத்துக்களையும் பெற்றுக் கொள்ளலாம். பகிர்ந்து கொள்பவர்கள் அனைவரும் தங்களது கருத்துக்களை ஒரே ஆவணத்தில் தங்கள் கருத்துக்களைப் பகிரலாம்.

பொருண்மைகளை பொருண்மையாகவும், படங்களுடன் கூடிய பொருண்மைகளாகக் காணொலிகள் கொண்ட மென்பொருள்களாக, மேலே இருக்கும் அத்தனை வழிகளிலும் செய்ய வேண்டும் என்றால் அதிகமாக வேலை இருக்குமோ என்ற கலக்கம் தேவையில்லை. ஏன் எனில் மைக்ரோசாப்ட் *word, Libra office writerl* ஒருங்குறி எழுத்துக்களைக் கொண்டு உருவாக்கப்படும் ஆவணங்கள். எனவே கவலை கொள்ளத் தேவையில்லை.

தமிழ்க் கணிமையின் அடிப்படைகளை பழகிப்பார்ப்பதற்குத் தயாரிக்கப்பட்ட பொருண்மைகள் மற்றவர்களிடம் பகிர்ந்து கொள்ளப்பட வேண்டும். அச்சு வடிவிலோ, பிடிஎஃப் வடிவிலோ, கணினித் திரையில் காட்டப்படும் பொருண்மைகளை அப்படியே பிரதி எடுக்கமுடியும். அதை அடுத்து, தமிழில் வடிவமைக்கப்பட்ட பொருண்மை இணையத்தில் பதிப்பிக்கப்படுகிறது. ஓர் ஆவணத்தின் பொருண்மைகளை பல வகைகளாகப் பகிரலாம். குறுஞ்செய்திகள், மின்னஞ்சல், வலைப்பூ, சமூகதளங்கள், மின்னூல்கள், வொர்ட்ப்ரெஸ், இணையப்பக்கங்கள் என்று பகிரலாம்.

6. *Export, Share (Send)*

மைக்ரோசாப்ட் *word* இல் இருந்து ஏற்றும் போது, பிடிஎஃப் ஆகவும்,எக்ஸ்ஸல் ஆவணமாகவோ, மைக்ரோசாப்ட் *word* இன் முந்தைய கோப்பு வகையாகவோ, வரை ஆவணமாகவோ(*template, master*) உரை ஆவணமாகவோ பகிர முடியும்.

Libra office writer மூலம் ஆவணங்களை ஏற்றுமதி மின்னூலாகவும், விக்கி இணையப்பக்கமாகவும் பிடிஎஃப் ஆகவும் ஏற்றலாம்.

Share (Send)

மைக்ரோசாப்ட்டின் *word Share* வழி மின்னஞ்சலாக அனுப்பலாம். அனுப்புநர் பார்த்துக் கருத்து சொல்லக் கூடிய பிடிஎஃப் ஆகவும் அனுப்பலாம். இணையம் வழியாகவும் சுட்டியை அனுப்பிப் பகிரலாம். வலைப்பூக்களிலும் பகிரலாம். மின்னஞ்சலாக அனுப்பும் போது, ஆவணத்தை அப்படியே ஓர் இணைப்பாக அனுப்பலாம். பிடிஎஃப் ஆக அனுப்பலாம். பிடிஎஃப் /எக்ஸ்பிஸ்(*XPS*) ஆவணமாகவோ நேரடியாக கணினியிலிருந்து *fax* ஆவணமாகவும் அனுப்பலாம். எக்ஸ்பிஸ்(*XPS*) என்பது மைக்ரோசாப்ட் நிறுவத்தின் பிடிஎஃப் போன்றது. இணைய வழியாக ஒரு சுட்டியாக அனுப்ப நமது ஆவணங்கள் மைரோசாப்ட்டின் இணைய சேமிப்பகத்தில் (*one drive*) இருக்க வேண்டும். வலைப்பூவிற்கு அனுப்பும் போது *Google- Blog, youtube Microsoft Linkedin, Sharepoint- sitepoint and communication post* ஆகியவற்றிற்கும் வோர்ட்ப்ரெஸ் கணக்கும் பகிரலாம். *Libra office writer* வழியாக அனுப்பும் போது ஆவணத்தை மின்னஞ்சல் மூலமாகவும், மைக்ரோசாப்ட் *word* ஆவணமாகவும், பிடிஎஃப் ஆகவும், நழுவல்

காட்சிகளில் பயன்படுத்தப்படும் குறிப்பு வரிகளாகவும், மற்றவர்கள் பயன்படுத்தக் கூடிய வரை ஆவணமாகவும் (template, master) பகிர முடியும்.

இதே பணிகளை கூகுள் ஆவணமும் செய்யும். ஆப்பிள் நிறுவன சொற்செயலியும் செய்யும். இவ்விரு நிறுவங்களின் சொற்செயலிகளும் ஆவணங்களை நேரடி மின்னூலாக மாற்றவும் உதவி செய்கின்றன. ஆனால் ஒவ்வொரு சொற்செயலிக்கும் சில தனித்தன்மைகளும் இருக்கும். அதை பயனர் ஆராய்ந்து பார்த்துத் தங்கள் வசதிக்கேற்பப் பயன் படுத்திக் கொள்ள வேண்டும்.

லிப்ரஎ ஆபீஸ் மென்பொருளும் ஆவணத்தை, மின்னூலாகவும் பிடிஎஃப் ஆகவும், மின்னூலாகவும், இணையப்படமாகவும், இணையப் பக்கமாக உருவாக்கக் கூடிய உரை ஆவணமாகவும், XML ஆவணமாகவும் ஏற்றுகின்றது.

பன்முகப்பணிகள்:

ஒரு சொற்செயலி மென்பொருள் தட்டச்சிற்கு மட்டும் பயன்படுத்தப்படுவதில்லை. அடிப்படையாக அவை தட்டச்சுப் பணியோடு ஒத்துப் போகும் ஆறுவகைப் பணிகளைச் சேர்ந்தே செய்கின்றன. ஒவ்வொரு பணியும் தட்டச்சு செய்யவும், பணியைச் சார்ந்ததாகவோ அல்லது அக்குறிப்பிட்ட பணியை பயனர்கள் செம்மையாகவும் வேகமாகவும் செய்ய வசதியாக அமைந்துள்ளன.

குறிப்பிட்ட பணிகளாவான,

உரை ஆவணத்தை உருவாக்குதல். ஆவணத்தினுள் பல்வகை ஊடகங்களை செருகுதல்.ஆவணத்தை அடிப்படையாக அலங்காரம் செய்தல்.அச்சிற்கு ஏற்றபடி ஆவண அளவுகளை மாற்றுதல்.ஆதார வளங்களின் தரவுகள்.மீள் பார்வை .பார்வை.உறைகள் விலாச வில்லைகள் தயாரித்தல்.பல பேருக்குத் தானாக அஞ்சல்செய்தல். மாணவர்களுக்கு சான்றிதழ்கள், கடிதங்கள் தயாரித்தல். ஆவணங்களைப் பகிர்தல்.ஆவணத்தின் ஒவ்வொரு மாற்றத்தையும் ஒப்பிடுதல்.எழுத்துப்பிழை இலக்கணப்பிழை சுட்டிக் காட்டுதல்.

இப்பணிகள் சொற்செயலியைத் திறந்தவுடன், தோன்றும் வெள்ளைக் உரை பெட்டியின் மேல் உள்ள ஒரு பட்டியலும் இருக்கும். அந்தப்பட்டியில் பலவகைப் பணிகள் சிறுசிறு அடையாளப் பட்டிகளாக வரிசை கட்டி நிற்கும். இவை முதல் நிலைப்பணிகள். ஒவ்வொரு முதல்நிலைப் பணிக்குள்ளும் பல உப பணிகள் உள்ளன.

மைக்ரோசாப்ட் முதல் நிலைப்பணிகளாக பத்துவகைப்பணிகளைக் கொண்டுள்ளது. கூகுள் ஆறு பணிகளைக் கொண்டுள்ளது. லிப்ரெ ஆபீஸ் பத்துப் பணிகளைக் கொன்டுள்ளது. ஒவ்வொரு சொற்செயலியிலும் இந்தப் பணிகளின் பெயர்கள் இடம் மாறி இருக்கலாம். ஆனால் இங்குக் கூறப்பட்டுள்ள அனைத்துப் பணிகளையும் அனைத்துச் சொற்செயலிகளும் செய்யும். பட்டியில் காட்டப்படாத சில பணிகளும் இருக்கும். பட்டியை வலச் சொடுக்கிட்டால் அந்தப் பணிகள் இரு பட்டியல்களாகத் தெரியும். மென்பொருள் செய்யக்கூடிய பணிகள், பயனரின் பட்டியில் இருக்கும் பணிகள் என்று இருக்கும். அது கொண்டு ஒரு பயனர் தனக்குத் தேவையான பணிகளைப் பட்டியில் சேர்க்கவோ, அல்லது பட்டியிலிருந்து எடுக்கவோ செய்யலாம். கணினித் துறை ஆசிரியர்களும், மாணவர்களும் தங்களுடைய பட்டியில் நிரலர் என்பதை வைத்து இருக்க வேண்டும். பட்டியில் இருக்கும் பணிகளைப் பயனர் தனக்கு

ஏற்றபடி மாற்றிக் கொள்ளலாம். பட்டியிலிருக்கும் ஒவ்வொரு பணியினையும் அழுத்தும் போது அந்தந்த பணிக்கு உள் இருப்பவை கீழே தோரணமாகத் தொங்கும்.

கோப்பு தோரணத்தில், ஓர் ஆவணத்தை சேமிக்கும் முறை:

அச்செடுக்க அனுப்புதல், பயன்படுத்திக் கொண்டிருக்கும் ஆவணத்தைத் திறந்தபடியே வைத்துக் கொண்டு புதியதாக ஓர் ஆவணத்தைத் திறக்கவோ அல்லது ஏற்கனவே தயாரித்த ஓர் ஆவணத்தைத் திறக்கவோ முடியும். ஓர் ஆவணத்தை மூடுதல், தட்டச்சு செய்து கொண்டிருக்கும் ஆவணத்தை மின்னஞ்சலுக்கு அனுப்புதல் ஆகிய பணிகளை உள்ளடக்கியுள்ளது.

உரை ஆவணத்தை மேம்படுத்தும் படங்கள் காணொலிகளை இணைத்தல்

தட்டச்சு இயந்திரத்தை விட இந்தப் பணி செய்வதனால் சொற்செயலி ஒருவரது பணியை எளிதாக்குகின்றது. ஒரு கையெழுத்துப் பிரதியில் உரைகளுக்கு நடுவில் ஒரு அட்டவணையையோ, படத்தையோ மட்டுமே சொருக இயலும். நீளமாகச் சென்று கொன்டிருக்கும் உரைக்கு இடையில் ஒரு படத்தை இடையில் வைக்க வேண்டும் என்றால், எதனைத் திட்டமிட வேண்டும் என்பது, செய்தித்தாள், பத்திரிகைகள் இவற்றில் பணி செய்தவர்களுக்குத் தெரியும். சொற்செயலிகள் இதை மிக எளிதாகச் செய்ய பயனாளர்களுக்கு உதவி செய்கின்றது.

Insert பட்டியின் பணிகள் அச்சு இயந்திரத்திற்குத் தேவையான படி ஒரு நூலைத் தயாரிக்க மட்டுமல்லாமல் அச்சுக்காகத் தயாரான ஓர் ஆவணத்தை இணையத்தில் வெளியிட என்னென்ன தேவையோ அதைச் செய்ய நிரல்களால் வசதி செய்யப்பட்டுள்ளன. *Insert* பட்டியில் படங்கள், அட்டவணை ஆகிய இரண்டையும் தவிர, ஒரு நூலுக்குத் தேவையான புதிய பக்கம், முன்னட்டை அடுத்த பக்கத்திற்குச் செல்லுதல், வடிவங்களையும் திரை நிலவிளக்கப்படம், பட்டியல்களை அலங்கரித்து அடுக்குதல், காணொளிகள், பக்க எண், நேரம், கையெழுத்து இடும் பகுதி எனப் பல வேலைகளைச் செய்ய இயலும். இந்த ஒவ்வொரு செயல்களுக்கு உள்ளேயும் பல உபபணிகளும் உள்ளன.

இப்பட்டியில் அடையாளக் குறிப்புக்கள், சுட்டிகள் ஓர் ஆவணத்தில் ஓர் இடத்திலிருந்து மற்றொரு இடத்திற்குச் செல்லும் சுருக்கு வழிகள் கலைநயமிக்கச் சொற்கள் என வகைவகையாக உரைக்கு இடையில் இட முடியும். இவ்வாறு இணைத்து விடு என்று சொடுக்கும் போது, சொற்செயலி மென்பொருள் மறைமுகமாக அதற்கென ஒரு கட்டம் கட்டி அதற்குள் சரியாக வைக்கின்றது. இப்படி இடப்படும் படங்களை அதைச் சுற்றி எழுத்துக்கள் இருக்க வேண்டும் என்றும் கணக்கிட்டு அதன் பின் அப்பொருளை பயனர் சொன்ன இடத்தில் இடுகின்றது.

வடிவமைத்தலை சரி பார்த்தல்:

ஒரு ஆவணத்தை உருவாக்கும் முன், இந்தப் பட்டியில் சென்று பயனர் தனக்குத் தேவையான எழுத்துருக்கள் இருக்கின்றதா என்று பார்க்க வேண்டும். முக்கியமாக முதல் நான்குவகை தலைப்புக்கள், *normal* என்னும் பத்தி அமைப்பு ஆகியவை சரியாக இருக்கின்றதா என பார்க்க வேண்டும். *normal style* ஐ வலது பக்கம் சொடுக்கி *modify* என்பதை மாற்றி பத்தி அமைப்பு எழுத்துரு ஆகியவற்றை எளிதாக மாற்றலாம். பத்தியுன் முதல் வரி சற்றுத் தள்ளி இருக்க வேண்டும் என்று கூட அதில் கொடுத்து விட்டால், *tab* விசையை அழுத்தி பத்தியைப் பயனர் தொடங்க வேண்டியதில்லை. ஒரு பத்திக்கும் அடுத்தப் பத்திக்கும் இடைவெளி எவ்வாறு இருக்க வேண்டும் என்பதை கவனிக்க வேண்டும். *clear formatting* செய்து கண்ணுக்குத் தெரியும் தவறுகளை மாற்ற முயற்சிக்கலாம்.

*Ctrl+** என்பதை மைக்ரோசாப்ட் சொற்செயலியில் அழுத்தினால் கணினியின் ஒவ்வோரு விசையும் எப்படி இருக்கும் என்பது தெரியும் அம்புக்குறி *tab* பொத்தானையும் புள்ளி *space* பொத்தானையும் *paragraph mark enter* பொத்தானையும் காட்டும். பத்தியை *justification alignment* செய்யும் போது வரும் பெரு இடைவெளியை *hyphenation* ஐ மாற்றி சரி செய்து கொள்ளலாம்.

பலவிதமான எழுத்துருக்களையும் மென்பொருட்களின் பதிப்பிலும் பலர் வேலை செய்வதால், இந்த வடிவமைப்பில் தான் பயனர் அதிக நேரம் செலவழிக்க வேண்டியுள்ளது. சில சமயம் சிக்கல் தீர்க்க இயலாதவாறு இருந்தால், ஆவணத்தை *.txt* ஆவணமாகவோ, *,odt* ஆவணமாகவோ சேமித்து *libre office* சொற்செயலியில் வேலை செய்யலாம்.

இந்த வடிவமைப்புக்கள் எல்லாமே நிரல்களால் சொற்செயலிகளால் உருவாக்கப்படுவதால், சில சமயம் என்ன நடக்கின்றது என்று பயனர்களால் புரிந்து கொள்வது கடினம், எனவே எப்போதும் *.odt format* ஆவணத்தில் வேலை செய்யும் படி ஒருவரின் கணினியில் *libre office notepad++* மென்பொருட்க்கள் இருப்பதும் உதவியாக இருக்கும்.

பயிற்சிகள்

ஓர் ஆய்வு நூலை உருவாக்க அதற்கான ஒரு மாதிரி ஆவணத்தை உருவாக்கிக் கொள்வது மிகவும் வசதியாக இருக்கும். உதாரணத்திற்கு சொற்செயலியில் ஆய்வு நூலில் நான்கு வகைத் தலைப்புக்கள் தேவைப்படும். *Home* பட்டியில் *fonts, styles* என்ற இரு பகுதிகள் மிகவும் முக்கியமானவை. ஏற்கனவே தட்டச்சு செய்த ஆங்கிலச் சொல் *capital* எழுத்துக்களைக் கொண்டிருந்தால் அதை எளிதாக மாற்ற *Aa* என்று குறிக்கப்பட்டுள்ள *change case* என்ற வசதி உள்ளது. அதே போல *fonts* பகுதியில் *subscript superscript* பெயருக்கு மேல் எண்கள் இடுவதற்கு உதவியாக இருக்கும்.

styles பகுதியில் தலைப்புக்களில் உள்ள எழுத்துருவின் வடிவம், அளவு, நிறம் ஆகியவற்றை ஒரே இடத்தில் மாற்றிக் கொள்ளலாம். *normal* ஒரு ஆவணத்தின் பத்தி எவ்வாறு இருக்கின்றது என்பதைக் காட்டுகின்றது. எந்த *Sytle* ஐ எடுத்தாலும் *modify* என்ற கட்டளையை அழுத்தி பத்தியின் தொடக்கம், எழுத்துரு, அளவு, நிறம், பத்தித் தொடக்கம், பத்திகளுக்கான இடைவெளி என்று மாற்றிக் கொள்ளலாம். இந்த *Sytle* ஐப் பயன்படுத்துவதால் இரண்டு வசதிகள், முதலாவது *Sytle* ஐ பயன்படுத்தி உருவாக்கப்பட்டு இருக்கும் தலைப்புகள், பத்திகள், பட்டியல்கள் ஆவணம் முழுவதும் இருக்கும். இவற்றில் ஏதேனும் ஒரு மாற்றம் தேவை

என்றால் *Sytle* இல் சென்று மாற்றினாலே போதும். முழு ஆவணம் முழுவதும் மாறி விடும். இரண்டாவது இணையப் பக்கத்திற்குத் தேவையான *CSS style* க்கான நிரலை சொற்செயலியே எழுதி விடுகின்றது

ஒரு மாதிரி ஆவணத்தை உருவாக்க உடனடித் தேவை உரை. சொற்செயலியில் செய்யப் போகும் ஒவ்வொரு ஆவணத்திற்கும் உரை அடிப்படைத் தேவை. இந்த அடிப்படை உரையை வைத்துத் தான் ஓர் எழுத்துரு எப்படிப் பொருந்தி வருகின்றது, பத்திகள் தலைப்புகள் மேற்கோள்கள் அனைத்தும் எப்படி இருக்கும் என்று பார்க்க இயலும். அதற்கென உரை தயார் நிலையில் இருக்காது. ஆங்கிலத்தில் இந்தச் சிக்கலைப் போக்க *lorum ipsum* என்ற சொல்லாடலைப் பயன்படுத்துகின்றனர். ஒரு பேருந்தில் இடம் பிடிக்கப் போடப்படும் துண்டைப் போல ஒரு ஆவணத்தில் போட வேண்டிய செய்திக்குப் பதிலாகப் போடப்படும் உரையை *dummy text place holder text* என்று ஊடகவியலாளர்கள் கூறுவர். இதற்குப் பொதுவாக *lorum ipsum* என்ற இலத்தீன் சொல் பயன்படுத்தப் படுகின்றது. அதை இணையத்தில் தேடி எடுத்துக் கொள்ளலாம். ஒரு பத்தியாகவோ அல்லது பக்கங்கங்களுக்காகவோ இதைப் பயன்படுத்துவார்கள். ஆங்கில எழுத்துக்கள் *A to Z* எப்படி இருக்கும் என்பதைக் கணிக்க இந்த உரை பயன்படுத்தப்படுகின்றது.

தமிழில் ஆத்திச்சூடி வரிகள் அத்தனையையும் எடுத்து அப்படிப் பயன்படுத்தலாம். முதலில் ஆத்திச்சூடியை எடுத்து வரிசை வரிசையாக இல்லாமல் ஒரே பத்தியாக இருப்பது போல் சொற்செயலியில் மாற்றிக் கொள்ளவும். அதன் பின் அந்த உரையைத் தேர்வு செய்து கொண்டு *insert* பட்டியில் உள்ள *quick parts* எனபதை அழுத்தினால், *save selection to quick part gallery* என்று சேமித்து வைத்துக் கொள்வது நலம்.

இது தவிர

அட்டவணை , விரைவாக இடக்கூடிய பகுதிகள், நெடுவரிசைப் பிரிவுகள், எக்ஸல் வரைதாள், பட்டியல், வரைதாள் படம் , அடையாளம்

ஆகியவை ஒரு ஆய்வு நூலைநூலை சிறப்பு செய்கின்றன. ஏற்கனவே உள்ள உரையை அட்டவணையாக ஆக்கவோ அல்லது அட்டவணையில் உள்ள பொருண்மையை உரையாக மாற்றவோ தேவை இருக்கும். இவை அத்தனையையும் பட்டியில் insert காணலாம். ஏற்கனவே எழுதியுள்ள உரையை அட்டவணையாக மாற்ற, உரையைத் தெரிவு செய்து கொண்டு insert table,க்குள் சென்று convert text to table என்ற முறையைப் பின்பற்றலாம். அதே போல ஒரு அட்டவணையை தேர்ந்து எடுத்து convert table to text என்றும் .Insert smart art என்பதன் மூலம் ஒரு பட்டியலை அலங்கார அட்டவணையாக மாற்ற இயலும்.

ஆராய்ச்சிக் கட்டுரைகள் தயாரித்தலும் நூலாக்கமும்

ஆராய்ச்சி நூல் ஒன்றை உருவாக்கும் முன்னர் ஆராய்ச்சிக் குறிப்புக்களை எடுத்து வைப்பதும், ஆராய்ச்சிக்கான பல்லூடகங்களைச் சேகரிப்பதும் மிக முக்கியமான பகுதியாகும். ஒரு உரை நூலாகவோ, அல்லது ஒரு வரைதாளாகவோ ஆய்விற்கான விவரங்களைச் சேகரித்து வைத்துக் கொள்ளுதல் நலம். ஆய்வு நூலின் அனைத்து செய்திகளையும், பல்லூடகங்களையும், தேதியை முதலில் குறிப்பிட்டுப் பெயர் வைக்க வேண்டும். இதனால் கணினிக்குள் இருக்கும் கோப்புக்களை மிக எளிதாகக் கண்டு கொள்ளலாம். கூகுள் சேமிப்பகம் *(google drive)*, ஒன் சேமிப்பகம்*(One drive)* இரண்டில் எந்த நிறுவனத்தின் செயலியைப் பயன் படுத்தினாலும் அதன் சேமிப்பகத்தில் நேரடியாக சேமித்து வைப்பது நல்லது. கணினியில் பிரச்சனை வந்தாலும் பயனரின் கோப்புகள் பாதுகாப்பாக இருக்கும். திறவூற்றில் இந்த *வசதி* இல்லை.

இணைய சேமிப்பகங்களை கணினியில் பயன்படுத்தும் மென் பொருட்களாகவும் தரமிறக்கிக் கொள்ளலாம். இரு சேமிப்பகங்களையும் பயனர் தங்கள் கணினியில் தரவிறக்கம் செய்து வைத்துக் கொள்ளலாம். எப்போது இணைய வசதி கிடைக்கின்றதோ அப்போது இந்த சேமிப்பகங்கள் தானாக இணையத்தில் உள்ள சேமிப்பகத்தில் ஆவணங்களைச் சேமித்து விடும். இணைய வசதியில்லாமல் போனால்கூட கணினினியில் தட்டச்சு இருப்பதை இணையத்தில் சேரும் போது கோப்புக்களை அனுப்பி விடலாம்.

ஆய்வு நூல் தயாரிப்பதற்கான பணிகள்:

செய்முறைப் பயிற்சியாக செய்ய வேண்டிய ஒரு பணியை உரையாய் எழுத வேண்டியிருப்பதால் ஒவ்வொரு படிக்கும் விளக்கம் தரப்படுகின்றது.

- ஒருங்குறி தட்டச்சு நூலின் அளவை நிர்ணயித்தல்

- ஒருங்குறி எழுத்துருவும், தட்டச்சும் கணினியில் நிறுவுதல்

- கோப்பு மேலாண்மை

- பக்க அளவுகள்

- வடிவமைப்பும் அலங்காரமும்

    - எழுத்துருக்கள்

    - தலைப்புக்கள்

    - பிரிவுகள்

- *Quick part* ஐ உருவாக்குதல்

- *Quick part* ஐ செருகுதல்

- பிறரின் கருத்துக்களைச் சேகரித்தல்

- வரைபடங்களின் பட்டியல் தயாரித்தல்

- அட்டவணைகள

- சான்றுரை

- அகராதி

- பொருளடக்கம்

- முகப்புப் பக்கம்

- மெய்ப்புப் பார்த்தல்

தமிழக அரசு ஒருங்குறி முறையையும், டேஸ் முறையையும் கணினியில் பயன்படுத்த வேண்டும் என்று ஆணையிட்டுள்ளது. அதனால் கணினியில் ஒருங்குறி தட்டச்சை நிறுவ வேண்டும். ஆங்கிலத்தில் தான் நூலாக்கம் இருக்கிறது என்றாலும் ஒருங்குறி தட்டச்சு ஒவ்வொருவரின் கணினியிலும் இருக்க வேண்டும். ஒருங்குறித் தமிழ் தேவையில்லை என்று நினைத்தால், வெகு விரைவில் நம் கருத்தைத் தமிழில் கூற வழியில்லாது போய்விடும். கணினி தட்டச்சு இயந்திரமாகத் தான் பயன்படுத்தப்படும். இன்று புழக்கத்தில் இகலப்பை அம்மா மென் தமிழ் *NHM writer* ஆகியவை உள்ளன. மைக்ரோசாப்ட் செயலி, கூகுள் ஆவணத்தில் தமிழில் குரல்வழித் தட்டச்சுக் கூட செய்யலாம். தமிழ் இணையக் கல்விக் கழகத்திலும் தமிழ் எழுத்துருக்களும் தமிழ் விசைப் பலகையும் தமிழ் எழுத்துரு மாற்றியும் கிடைக்கின்றன.

பக்க அளவுகள்:

Layout என்ற பட்டிக்குள் இருக்கும் உப பணிகளான விளிம்பு, சாய்வு, காகிதத்தின் அளவுகள், பத்தி எங்கே தொடங்க வேண்டும், வரிகளுக்கு இடையில் எவ்வளவு இடைவெளி இருக்க வேண்டும், உரை வலப்பக்கங்களில் இருக்க வேண்டுமா, இடம் போக வேண்டுமா என்பதைப் பற்றிய விவரங்களை இடவேண்டும். இப்பட்டியில் உள்ள *Break, columns line numbers Hypernation Indent spacing* நூலின் பக்க அமைப்பு எப்படி அமைய வேண்டும் என்று கூறுகின்றது. சொற்செயலிகளில் பொதுவாக அச்சகத்தில் புழக்கத்தில் இருக்கும் அனைத்து அளவுகளும் கொடுக்கப்பட்டுள்ளன. காகிதத்தின் நான்கு பக்க விளிம்பிலிருந்தும் உரை தள்ளி இருக்க வேண்டிய அளவுகள், பத்தியின் ஆரம்பம் எப்படி இருக்கவேண்டும், பக்கத்தில் இருக்கும் உரை எத்தனைப் பிரிவுகளாக பிரிக்க வேண்டும் என்பது போன்ற தெரிவுகளைக் காணலாம். இந்தத் தெரிவில் சென்று ஆய்வுநூலுக்குத் தேவையான படி ஆவணத்தை உருவாக்கிக் கொள்ள வேண்டும். ஆனால் ஒவ்வொரு பயனரும் தத்தம் வசதிக்கேற்ப ஆவணத்தின் அளவை மாற்றிக் கொள்ளலாம்.

நூலின் கூறுகள்:

பட்டியில் உள்ள *Home* பட்டியில் உள்ள *styles* நூலின் பெயர், தலைப்புகள், பத்தி அமைப்பு, பட்டியல், மேற்கோள்கள் படங்களுக்கான பெயர் ஆகியவற்றை மிக எளிதாக வடிவாக்கம் செய்ய உதவுகின்றது. இவற்றின் உள்ளே சென்று பயனர் தனக்கு ஏற்றபடி அனைத்து விவரங்களையும் மாற்றிக் கொள்ளலாம். இதைப் பயன்படுத்தும் போது ஆவணம்

முழுக்க செய்ய வேண்டிய மாற்றத்தை ஒரே இடத்தில் செய்து விட்டால் போதும் ஆவணம் முழுவதும் தானாக மாறிவிடும். நூலை ஆரம்பிக்கும் முன் இயல்பாக என்னென்ன மாதிரிகளில் நூலின் கூறுகள் அமைக்கப்பட்டுள்ளன

வடிவமைப்பும் அலங்காரமும்:

ஆவணத்தில் உரையை இடுவதற்கு முன் தலைப்புகள் எப்படி இருக்க வேண்டும், தலைப்பு எப்படி இருக்க வேண்டும், என்று தேர்ந்து எடுத்துக் கொள்வது பயனரின் பணிச்சுமையைக் குறைக்கும். ஒருவர் அடிக்கடி பயன்படுத்துவது எது என்பது கீழ் உள்ள தெரிவில் இருக்கும். அதன் குறுக்கு வழியில் இருக்கும். ஆனால் இந்த இடத்தில் நம் ஆவணம் முழுவதும் எப்படி இருக்க வேண்டும் என்று மாற்றலாம். நிறம் முதல் எழுத்துக்களின் தொகுப்பு, பத்தி எப்படி இருக்க வேண்டும் என்று முடிவு செய்தும்கொள்ளலாம். உரையின் அமைப்பை முடிவு செய்தல், எழுத்துக்களின் நிறங்களை இணைத்தல் போன்றவற்றையும் நூலைத் தட்டச்சு செய்யும் முன்னேயே செய்ய இயலும்.

ஆவணங்களை அப்படியே சேமித்து கொள்ளலாம். துரிதப் பட்டியில் உள்ள ஓரத்தில் உள்ள அம்புகளை அழுத்தினால் அந்த ஆவணத்தை எத்தனை வகைகளாகப் பிரிக்கலாம் என்று இருக்கும். ஆவணத்தின் பெயர், தலைப்பு, அழுத்தமாகத் தெரிதல், முக்கியத்துவம் தரக் கூடிய வகைகள், பட்டியல் அமைத்தல், துணைத் தலைப்புகள் எனப் பலவகைகள் இருக்கும். அவற்றை வலப்பக்கம் செருகினால் அதை மாற்றலாம். மாற்றி புதிய வடிவாக்கமாக சேமித்து வைத்துக் கொள்ளலாம். அவ்வாறு சேமித்துவைக்கும் போது மொத்தம் ஆறுவகைத் தலைப்புகள் இருக்கிறது.

Design பட்டியானது ஓர் ஆவணத்தில் உரையை சிறப்பாகக் காட்ட உதவி, செய்யக்கூடியது சேர்ந்து வரக்கூடிய எழுத்துருக்கள், நிறங்கள், நீர்வரிக்குறி ஆகியவற்றையும் ஒரு ஆவணத்தின் காகிதத்தின் அமைப்பு எப்படி இருக்க வேண்டும், ஆவணத்தின் விளிம்பிற்கும் உரைக்கும் உள்ள இடைவெளி, நான்கு பக்கங்களில் இருக்க வேண்டிய இடைவெளி, ஆவணத்தில் செருகிய பொருண்மைகளை சரியாக வைத்தல், பத்திகள் எப்படி இருக்க வேண்டும் போன்றவை குறித்து அமைக்கும் வகையில் உள்ளது.

எழுத்துருக்கள்:

ஒரு கட்டுரையில் மூன்றுவகை எழுத்துருக் குடும்பங்களைப் பயன் படுத்தலாம். ஒவ்வோரு எழுத்துரு குடும்பத்தின் உள்ளும் சாய்வெழுத்து தடி எழுத்து என பிரித்து மொத்தம் ஆறு வித்யாவமான முறையில் உரையை நூலாக்கத்தில் காட்டலாம். இயல்பான நிலையில். *styles* ல் இயல்பாக உள்ள எழுத்துருக்களை பயனர் தேர்ந்தெடுத்துக் கொள்ளலாம். ஆய்வு நூலி; எப்பலௌதும் பயன்படுத்தக் கூடிய எழுத்துக்கள் என்றால் ஏற்கனவே இருக்கும் *tyles* ஐ அழித்து விட்டுப் புதிதாக பயனருக்குத் தேவையான படி மாற்றிக் கொள்ளலாம். அல்லது ஒரு பத்தியை பயனர் தன் விருப்ப ப் படி பத்தியை அமைத்து *tyles* ஐ மேம்படுத்திக்*(update)* கொள்ளலாம்.

தலைப்புகள்:

Home பட்டியிலுள்ள *Styles* பகுதியை ஆராய்ந்து பார்த்தால் தட்டச்சில் ஒருவர் செய்யும் பல வேலைகள் இங்கு நிரல்கள் வழி எளிதாக அமைக்கப்பட்டிருப்பது தெரியும். அவ்வாறு அமைக்கப்பட்ட வகைகளில் ஆறுவகைத் தலைப்புகள் முக்கியம்.

ஆறுவகைத் தலைப்புக்களை உருவாக்க வேண்டும். இஃது கணினியை தட்டச்சு இயந்திரமாகப் பயன்படுத்துகின்றாரா அல்லது செயலராகப் பயன் படுத்துகின்றாரா என்ற அளவு வித்தியாசத்தை இந்தத் தலைப்புக்கள் விளக்குகின்றன. இதற்குக் காரணம் தலைப்புகள் தான் உரையை வரிசைக்கிரமமாக அடுக்கி வைத்துக் கொள்கிறது. தலைப்புகள் குறிப்புச் சொற்களாகப் பயன்படுத்தப்பட்டு கட்டுரையின் சாரம்சத்தை சுருக்கிக் காட்ட உதவுகின்றது. ஆய்வு நூல் போன்ற நீளமான ஆவணங்களுக்குள் தேடவும் இந்தத் தலைப்புகள் உதவி செய்கின்றன. முக்கியமாக ஒரு நூலின் பொருளடக்கத்தை எளிதாக அமைக்கவும் அவ்வப்போது மாற்றவும் இத்தலைப்புகள் உதவுகின்றன. இவ்வாறு தலைப்புகளை உருவாக்காமல் ஒரு பயனர் தானே தலைப்பை உருவாக்கி இருந்தால் அவர் தலைப்பை மாற்றும் போதோ, அல்லது ஒரு பத்தியின் சாராம்சத்தை மாற்றும் போதோ பொருளடக்கத்திற்குச் சென்று அனைத்தையும் தட்டச்சு செய்து மாற்ற வேண்டி இருக்கும். அதே போல ஒவ்வொரு தலைப்பிற்கும் ஒரு அம்புக்குறியைக் கொண்டு அத் தலைப்புக்கு அடியில் உள்ள பத்திகளை மூடி வைத்துக் கொள்ள மைக்ரோசாப்ட் சொற்செயலியால் இயலும். இதனால் நீளமான ஆவணத்தை ஒரு பயனாளர் விரைவாகப் பிழை பார்க்க இயலும். தலைப்புகள் மொத்தம் ஆறுவகைகள். அவற்றில் மூன்று வகைகள் பட்டியில் தெரியும்.

பிரிவுகள்:

சொற்செயலியைப் பொதுவாக ஒரே நீள ஆவணமாகத் தட்டச்சு செய்து கொண்டே போகலாம். ஆனால் ஆய்வு நூல் என்று வரும் போது ஒரு நூலுக்குள் பல பிரிவுகள் இருக்கும். அப்படிப்பட்ட பிரிவுகளைச் செய்வதும் சொற்செயலியில் மிகவும் எளிது. *Insert* பட்டி மூலம்புதிய பக்கம், பக்க இடைவெளியைச் சொருகுவது போல *layout* பட்டியில் உள்ள *breaks* மூலம் பிரிவுகளை உருவாக்கலாம். இப்படிப் பிரிவுகளை உருவாக்குவதால், ஒரு பிரிவிற்கு என்று தனியாக நாம் பக்க அளவுகளையோ நெடு வரிசை அளவுகளையோ மாற்றிக் கொள்ளலாம்.

ஒரு பக்கத்தில் உள்ள உரையைக் கூட இரண்டு அல்லது மூன்று சமமான நெடுவரிசைகளாக *layout* பட்டியில் உள்ள *columns* ஐ பயன்படுத்திக் கொள்ளலாம். இவ்வாறு செய்யும் போது பக்க எண்களை அந்தந்தப் பிரிவிற்குத் தக்க மாற்றிக் கொள்ளலாம். அப்படி செய்ய *insert* பட்டியில் *edit header* சென்று *different first page* என்பதை தெரிவு செய்ய வேண்டும்.

படங்கள், அட்டவணை போன்றவற்றை பொருண்மையின் இடையில் சொருகுதல் :

Insert பட்டியில் தான் ஆய்வாளர் சொருக வேண்டிய படங்கள், அட்டவணை, இணையக் குறிப்பு தேதி சூத்திரங்கள் போன்றவை இருக்கும் இதில் முக்கியமாக ஆய்வாளர் அறிந்து கொள்ள வேண்டியது *insert quick parts* என்பதைத் தான். ஏற்கனவே தேதி, பக்க எண், ஒரு ஆவணத்தின் நுண்தரவுகள் ஆகியவை *quick part* ஆகத்தான் சேமித்து வைக்கப்பட்டுள்ளது.

இது போல ஒரு வசதியை ஒரு பயனாளர் தானாகவே பயன்படுத்திக் கொள்ளலாம். *Insert* பட்டியில் உள்ள *quick parts* ஐ அழுத்தினால் என்று *auto text* வரும் அங்கு தான் பயனாளர் தனக்குத் தேவையானதை உருவாக்கிக் கொள்ளலாம். *Building blocks* ஐக் கூட பயனாளர் பயன்படுத்திக் கொள்ளலாம்.

அட்டவணைகள்:

சொற்செயலியில் அட்டவணைகள் உருவாக்குவது எளிது. வரைதாளில் உள்ள அட்டவணையைக் கொண்டு வருவதும் சொற்செயலியில் உள்ள அட்டவணையை மாற்றவும் முடியும். *insert table* என்ற பட்டி பயனருக்கு இவ்வசதியைத் தருகின்றது. ஒரு உரையைக் கூட அட்டவணையாக மாற்றலாம். அல்லது ஒரு அட்டவணையில் உள்ள பொருண்மையை உரையாக மாற்றலாம். *Enter* பொத்தானை அழுத்தும் போது உருவாகும் பத்திக் குறியீடு(*paragraph mark*) குறுக்கு வரிசை உருவாக்குவதற்கும், *tab* விசை நெடு வரிசையை உருவாக்கவும் உகந்தது.

Quick part ஐ உருவாக்குதல்:

ஒரு பயனர் தனக்குத் தேவையான உரையை தட்டச்சு செய்து அதை தெரிவு செய்து கொள்ள வேண்டும். அதன்பின் *Insert* பட்டியில் உள்ள *quick parts* ஐ அழுத்தினால் என்று *auto text* ஐ அழுத்தினால் *save selection as* என்று வரும். அவ்வாறு தேர்ந்தெடுத்த உரையை *quick part* ஆக சேமித்து வைத்துக் கொள்ளலாம்.

Quick part ஐ செருகுதல்:

quick parts ஐ உருவாக்கிய பின் அதை ஒரு பயனர் ஆவணத்தின் எந்தப் பகுதியில் வேண்டுமானாலும் செருகிக் கொள்ளலாம். அதனால் ஒரே விஷயத்தை மீண்டும் மீண்டும் தட்டச்சு செய்யத் தேவை இருக்காது.

துணை நூற்பட்டியலும் சான்றுரையும்:

ஒரு சொற்செயலி ஒரு தட்டச்சு இயந்திரத்தின் பதிப்பு மட்டுமல்ல. நூலாக்கம் செய்யத் தேவையான அனைத்தையும் தன்னுள்ளே கொண்டுள்ளது. இந்த இரண்டு பட்டிகளில் உள்ள செயல்களும் ஆராய்ச்சிக்கு உதவியாக இருக்கும். முதலில் மூன்று தொழில்நுட்பத்திலும் கிடைக்கும் பொதுவான வசதிகளைப் பார்க்கலாம்.

ஆராய்ச்சிக் கட்டுரைகளை எழுதத் தேவையான, ஆராய்ச்சிக்கு உறுதுணை செய்வதாகவும், ஆராய்ச்சிகளில் பயன்படுத்தப்பட்ட சான்றென் விவரங்களைத் தரவுகளாக சேமித்து வைப்பதாகவும் , ஆய்வுக்கட்டுரைகளை ஆய்வுநூலாக அச்சுக்குத் தகுந்ததாகவும், இணையத்திற்குத் தகுந்ததாகவும் மாற்ற உதவுகின்றது. ஒரு பயனர் தனது மூல வரைபடியை நூலாக மாற்றி அச்சிற்கு அனுப்பவும், மின் நூலாக அமைக்கவும் உதவுகின்றன.

ஆராய்ச்சியின் தொடக்கத்திலிருந்து முடிவு வரை மிகச்சிறப்பாக இம்மென்பொருளில் செய்ய முடியும். இந்த சொற்செயலியைப் பற்றி ஆழமாகத் தெரிந்து கொண்டால், ஒருவர் அடுத்தடுத்து பல மென்பொருட்களை கற்றுக் கொள்ளலாம். இச்செயலி பயனர்களை மையமாகக் கொண்டு வடிவமைக்கப்பட்டுள்ளது. கூகுள் விளம்பர நோக்கத்திற்காகவும், பயனர்களின் தரவுகளை சேகரித்துத் தன் தேடு பொறியின் வேலையை மேம்படுத்தவுமே கூகுள் ஆவணத்தை அறிமுகப்படுத்தியது. ஆனால் அப்படி கூகுளால் அறிமுகப்படுத்தப் பட்ட காரணத்தால் இன்று அனைத்துக் கணினி சேவைகளும் கிளவுடு கணிமை (*cloud computing*) யாக மாறி விட்டதோடு இணையத்தில் இலவசமாகவும் கிடைக்கிறது.

இதைப் பின்பற்றி மைக்ரோசாப்ட் சொற்செயலியும் சில மென்பொருட்களை இணையம் வழி இலவசமாகக் கிடைக்க உதவி செய்கின்றது. பயனர் ஒருவர் கூகுள் கணக்கு வைத்திருப்பது போல, மைக்ரோசாப்ட்டிலும் ஒரு இணையக் கணக்கு வைத்துக் கொள்வது சிறப்பு.

ஒவ்வொரு ஆராய்ச்சிக்கும் தனித்தன்மையைத் தருவது, அவர்கள் பயன்படுத்தும் ஆதாரவளங்கள் தான். அவை ஆராய்ச்சியின் புனைவுகோளை நிரூபிக்க இருபக்க வாதங்களாகவும், அந்த வாதங்களுக்கு சரியான ஆதார வளங்களாகவும், ஓர் ஆராய்ச்சிக் கட்டுரையை அடுத்து வரும் ஆராய்ச்சிக்கு, அடித்தளமாகவோ அல்லது, ஆதாரமாகவோ அமையும். ஓர் ஆராய்ச்சிக்கு புள்ளிவிவரங்கள் எவ்வளவு அவசியமோ அந்த அளவு ஆதார வளங்கள் அவசியம்.

இன்றைய நிலையில் தமிழில் ஆராய்ச்சிக் கட்டுரை எழுதுபவர்கள், தட்டச்சு செய்பவர்களிடம் சென்று தங்கள், ஆய்வுகளைத் தட்டச்சு செய்தும் ஆய்வுநூலாக்கி வெளியிடுகின்றனர். முன்னரே சொன்னபடி ஒரே ஒரு காகிதத்தில் அச்சடித்து வெளியிடுவதற்கு, சொற்செயலியில் தட்டச்சு செய்வது சரி தான். ஆனால் ஆராய்ச்சியாளர், தான் பயன்படுத்திய ஆய்வின் ஆதாரங்களை மீண்டும் பயன்படுத்த வேண்டும் என்றாலோ, ஆய்வை இன்று வரும் இணையதளங்களுக்குச் சமர்ப்பிக்க வேண்டும் என்றாலும் சிக்கல் தான். ஓர் ஆராய்ச்சியாளாரின் ஆய்வுநூல்களின் பட்டியல் அனைத்தும் அவருடைய ஒரு தனி ஆய்வாளருக்குக் கிடைக்கும் என்றால் எவ்வளவு வசதியாக இருக்கும்.

அவ்வகையில் ஓர் ஆய்வாளர் தனது வளங்கள் அனைத்தையும் ஒரே இடத்தில் சேமித்து வைக்க முடியும். சொற்செயலி கொடுக்கும் ஆராய்ச்சிக்கென பயன்படுத்தப்பட்ட நேர்முகங்கள், அட்டவணைகள், புள்ளி விவரப்படங்கள் அனைத்தும் தனித்தனி ஆவணமாக இருந்தாலும், நகலெடுத்து ஒட்டத் தேவையில்லாமல் அனைத்தையும் மிக எளிதாக ஒரே ஆவணமாகப் பயன்படுத்திக் கொள்ள இயலும். ஆராய்ச்சிக்கான வசதிகளை எழுத்தாளர்களும் மிகச்சிறப்பாகப் பயன்படுத்திக் கொள்ளலாம். பல கதையாசிரியர்கள் வெளி நிறுவனச் சேவைகளை இதற்காகப் பயன்படுத்துகின்றனர்.

பொதுவாக ஆராய்ச்சிக்கட்டுரைகளில் அடிக்கோடிட்டு ஆதார வளங்களைக் காட்டுகின்றனர். அல்லது இறுதியில் துணைநூல் பட்டியல் இட்டு விடுகின்றனர். இதில் இரு பிரச்சினைகள் உண்டு. ஆராய்ச்சிக் கட்டுரையில், ஆராய்ச்சியாளரின் கருத்து எது? ஆதாரவளக் கருத்து எது? என்று வேறுபடுத்த இயலாமல் போய் விடுகிறது. எனவே கட்டுரையாளர் குறிப்பிடும் கருத்துக்களுக்கு ஆதாரங்களை கட்டுரைகளுக்குள்ளே அந்தக் கருத்திற்கான வாக்கியத்திற்கு இறுதியில் இட வேண்டும். பின் துணை நூல் பட்டியலை கட்டுரையின் இறுதியில் கொடுக்க வேண்டும். ஒரு சில கட்டுரைகளில் அடிக்கோடுகளை இட்டு அதன் பின் அதன் வளங்களை, பக்கத்தின் இறுதியிலோ அல்லது நூலின் இறுதியிலோ ஆதார வளங்களைப் பட்டியலிடலாம். துணைநூல்பட்டியலில் உள்ள நூல்களிலிருந்து எந்தக் கருத்து, கட்டுரையில் காட்டப்பட்டிருக்கின்றது, கட்டுரையாளர்கள், அதை ஏன் கட்டுரைகளிலும் மற்றப் பொருண்மைகளிலும் பயன் படுத்துகின்றோம் என்பதைத் துல்லியமாகத் தெரிந்து அதன்படி விவரங்களை இட வேண்டும். அப்படி சரியான குறிப்புகள் காட்டப்படாத போது அது கருத்துத் திருட்டு எனக் கூறப்படுகின்றது.

சான்றுரை கொடுப்பது என்பதைப் பற்றி அமெரிக்க தேசத்தில் இண்டியானா மாகாணத்திலுள்ள பிரிடுயு பல்கலைக்கழக ஆங்கிலத் துறையின் இணைய தளம் சிறப்பான விளக்கத்தை எளிய ஆங்கிலத்தில் கொடுக்கின்றது. https://owl.purdue.edu/owl/research_and_citation/resources.html

ஒரு ஆராய்ச்சிக் கட்டுரைக்குத் துணை செய்த வளங்களை வழங்கும் போது, கட்டுரையின் உள்ளே மேற்கோள் காட்டிச் சொல்லப்படும் கருத்துக்களுக்கு அருகிலேயே உரையுள் சான்றுரை(in text citation) வழங்க வேண்டும். அவ்வாறு உரையுள் சான்றுரை வழங்கும் போது ஒவ்வொரு பாங்கிற்கும் ஏற்றவாறு அமைக்க வேண்டும். APA style இல் ஆசிரியரின் பெயர், வெளிவந்த ஆண்டு இரண்டையும் கொடுத்தல் வேண்டும். மொழிக்கான ஆராய்ச்சிக் கட்டுரைகளில் ஆசிரியரின் பெயர் , கருத்துள்ள பக்க எண் என்று குறிப்பிட வேண்டும். CMS வகைக் கட்டுரைகளில் ஆசிரியர், தேதி என்று உரையுள் சான்றுரை வழங்கல் வேண்டும்.

பேராசிரியர்கள் படிக்கும் கட்டுரைகளில் எத்தகைய சான்றாவணங்கள், பயன்படுத்தப்பட்டுள்ளன, அவை கொடுக்கப்பட்ட வகை இலக்கியத்திற்குப் பொருத்தமாக இருக்கின்றதா என்பதே ஒரு பெரிய ஆராய்ச்சித் திடல். ஆராய்ச்சிக்கான தரவுகளை ஒரே இடத்தில் சேர்த்து வைப்பதும் நினைவில் வைத்துக் கொள்வதும் சிரமமான காரியம். ஆனால் Reference பட்டியில் உள்ள insert citation வசதிகளைப் பயன்படுத்தினால் இத்தரவுகளை ஒவ்வொரு சொற்செயலியும் எப்போதும் தனக்குள்ளே வைத்துக் கொள்ளும். இதனால் வேறொரு ஆவணத்தில் பயன்படுத்தப்பட்ட சான்றாவணப்பட்டியலும் சொற் செயலிக்குள் எப்போதும் இருக்கும்.

தட்டச்சு இயந்திரத்தைப் போல சொற்செயலியைப் பயன் படுத்தும் போது இது உதவி புரிவதில்லை, அதே நேரம், பயனர் தனக்குத் தேவையான ஆதாரவளங்களை excel ஆவணமாக சேமித்து வைத்து இருந்தாலும், அதையும் எளிதில் in citation தரவுகளாக ,xml ஆவணங்களாகச் சேர்த்து அதன் பின் சான்றுரையைக் கட்டுரையுடன் இணைத்துக் கொள்ளலாம். நிரலர்கள் ஒரு வரி நிரலில் மாற்றி விடலாம். இணையத் தொழில்நுட்பம் தெரிந்தவராய் இருந்தால் xml mapping என்ற முறையில் செய்யலாம். தமிழ்க் கணினி மாணவர்கள் இதைச் செய்து பார்க்கலாம். Overview of XML in Excel என்று மைக்ரோசாப்ட் தளத்தில் தேடினாலும் விவரங்கள் கிடைக்கும்.

பிறரின் கருத்துக்களைச் சேகரித்தல்:

Review பட்டியில் பிறரின் கருத்துக்களைக் கேட்க வசதிகள் உண்டு, இது மெய்ப்புப் பார்க்கவோ அல்லது ஆய்வு பற்றியக் குறிப்புக்களைச் சேகரிக்கவோ ஒருவர் பயன்படுத்தலாம். ஒரு ஆவணத்தை கொளவுக் கணிமை வழி பகிரும்போதும் மின்னஞ்சல் வழி பகிரும் போதும் இந்த வசதியைப் பயன்படுத்தலாம். இருவரின் கருத்துக்களை வேறு படுத்திக் காட்ட, வேறுவேறு வண்ணங்களைச் சொற்செயலிகள் பயன்படுத்துகின்றன. ஒரு ஆவணத்தின் கருத்துக்களை காண்பதற்கோ அல்லது அவற்றில் மாற்றங்கள் செய்யவும் அனைத்து வசதிகளும் Review பட்டியில் உள்ளது.

வரைபடங்களின் பட்டியல் தயாரித்தல்:

Reference பட்டி தான் வரைபடங்களின் பட்டியல் தயாரிக்க உதவுகின்றது,*Insert table of figures* பட்டியல் தயாரிக்க மிகவும் உதவியாக இருக்கும்.

சான்றுரை:

Reference பட்டி தான் வரைபடங்களின் பட்டியல் தயாரிக்க உதவுகின்றது, *mark citation* உரை நடுவே சான்றுரை அமைக்க உதவுகின்றது.*Insert citation* பட்டியல் தயாரிக்க மிகவும் உதவியாக இருக்கும். சான்றுரைகள் உரைக்கு இடையில் போடப்பட்டபின், நூலின் இறுதியில் *bibliography* என்பதை அழுத்தினால் சான்றுரைப் பட்டியல் வினாடியில் தட்ட்ச்சு செய்யப்படும்.

அகராதி :

Reference பட்டி தான் வரைபடங்களின் பட்டியல் தயாரிக்க உதவுகின்றது, *mark citation* உரை நடுவே அகராதி சொற்களைக் அமைக்க உதவுகின்றது. சான்றுரை விவரங்கள் கொடுக்க வேண்டிய இடத்தில் சொல்லிற்கான விளக்கத்தைக் கொடுத்து விடலாம்.

பொருளடக்கம்:

ஒரு பயனாளர் தலைப்புக்களைச் சரியாக தன் உரையில் அமைத்து இருந்தால் இந்த பொருளடக்க அட்டவணை அமைப்பது எளிது. சொற்செயலி தலைப்புக்களைக் கொண்டே பொருளடக்கத்தில் என்னென்ன வர வேண்டும் என்பதை முடிவு செய்கின்றது.ஒரு முறை அட்டவணையை அமைத்த பின் பொருளடக்க அட்டவணையின் பக்கங்கள் விவரங்கள் ஆகியவை மாறினாலும் பிரச்சனை இல்லை. எல்லா மாற்றங்களையும் சொற்செயலியே கவனித்து மாற்றி விடும்.

முகப்புப் பக்கம்:

Insertv பட்டியில் உள்ள *cover page* தான் நூலின் ஆரம்பப்பக்கம் உருவாக்கும் வசதி உள்ளது. பலவகை முகப்புப்பக்கங்கள் கொடுக்கப் பட்டுள்ளன. பயனர் தனக்கு உரிய பக்கத்தையும் உருவாக்கிக் கொள்ளலாம். தேவையில்லை எனில் முகப்புப் பக்கத்தை எடுத்தும் விடலாம்.

அடிக்குறிப்புக் காட்டுதல்:

தற்போதைய ஆராய்ச்சிகளில் அடிக்குறிப்பிற்காகப் பயன் படுத்தும் முறை சில ஆராய்ச்சிக் கட்டுரைகளில் அடிக்குறிப்பு எண்கள் தட்டச்சு இயந்திர முறையில் போடப்படுகின்றன. அதாவது இருவர் ஒரு கட்டுரையை எழுதினால், அவர்களின் பெயருக்குப் பக்கத்தில் 1, 2 என்ற எண்களைக் காட்டுவதாக இருக்கட்டும், தங்களுடைய குறிப்புக்களுக்கு *1, 2 ,* என்று குறிப்புக் கொடுப்பதாகட்டும் பலர் தட்டச்சு இயந்திர முறையைப் பயன்படுத்தியே செய்கின்றனர். அவ்வாறு இல்லாமல் *Reference* பட்டியில் உள்ள *insert footnote* வசதியைப் பயன்படுத்தினால் சொற்செயலியே அந்தப் பணியை எளிதாக மாற்றி விடுகின்றது. அதே போல அதைத் தரவாகவும் சேமித்து வைத்துக் கொள்கின்றது. தேவையில்லாத குறிப்புக்களைப் பயனர் எடுத்து விட்டால் நூலின் இறுதியில் உள்ள அடிக்குறிப்பு அட்டவணையையும் சொற்செயலித் தானே மாற்றி விடுகின்றது.

மெய்ப்புப் பார்த்தல்:

பொருளடக்கம் தயாரித்தல். எழுத்துப்பிழை, இலக்கணப்பிழை பார்த்தல், பொருளடக்க அட்டவணை, அருஞ்சொல் விளக்கக் கோவை, அகராதி, ஆவணத்தைப் பிறரிடம் அனுப்பி அதிலேயே குறிப்புக் கொடுத்தல், இரு ஆவணங்களுக்கு இடையிலான வேறுபாடுகளை ஒப்பிட்டுப் பார்த்தல் ஆகியவை ஆய்வுக்கோவையைப் படைப்பவருக்கு மிகவும் உதவியாக இருக்கும். அந்த வகையிலேயே சொற்செயலிகள் உருவாக்கப்பட்டுள்ளன. சொற்செயலியை தட்டச்சாகப் பயன்படுத்துபவர்கள், தங்கள் ஆவணத்தைச் சிலரிடம் காட்டிக் கருத்துக் கேட்க விரும்பும் போது, அவர்கள் தவறான இடங்களையோ அல்லது திருத்தங்களையோ பல நிறங்களில் காட்டுகின்றனர்.

அதற்கு பதிலாக Review பட்டியில் உள்ள *comment* வசதியைத் தேர்வு செய்யலாம் *Review* பட்டியில் சென்று *new comment, delete comment , show comment, track chnages, All markup compare* போன்ற பல வசதிகளை சொற்செயலி ஓர் ஆய்வாளருக்குக் கொடுத்துள்ளது. இந்த வசதிகளை வைத்து ஓர் ஆவணத்தை எத்தனை முறை வேண்டுமானாலும் என்னென்ன திருத்தங்கள் வேண்டுமானாலும் பயனர் செய்யலாம். ஓர் அலுவலக செயலரைப் போல சொற்செயலி ஆய்வாளருக்குப் பயன்படுகின்றது.

பயிற்சி

ஒரு மூன்று பக்க உரையை நூலாக்கம் செய்ய முயற்சி செய்யுங்கள்.

சரியானத் தலைப்பு, அடிக்குறிப்பு முதல் பக்க பொருளடக்கம், நூல் இறுதி சொற்பட்டியல் ஆகியவற்றை அமைத்துப் பழகுங்கள்.

தேவையான அடிக்கடிப் பயன் படுத்தக் கூடிய *quick part* பகுதி ஒன்றை உருவாக்கிச் சேமித்துக் கொள்ளவும்,

மைக்ரோசாப்ட் சொற்செயலியின் சிறப்பம்சங்கள்

இன்று பெரும்பாலோர் பயன் படுத்தும் சொற்செயலிகளிலும் பல்வேறு அலுவலகங்களிலும் பயன்படுத்தப்படும் ஒரு சொற்செயலி மைக்ரோசாப்ட் சொற்செயலி. இதன் வளர்ச்சி எவ்வளவு அசுரவேகமானதோ அதே வேகத்தில் கணினித் தொழில்நுட்பத்தில் மாற்றங்களைச் செய்து வருகின்றது இன்றைய செயற்கை அறிவுத் திறன் தொழில்நுட்பத்தில் முன்னணியில் இருக்கும் ஒரு மென்பொருளாக இருப்பதால் பலவேறு தொழில் நுட்ப சாதனைகளை இச்சொற்செயலி தனக்குள் அடக்கியுள்ளது.

வரைதல், கையெழுத்து உணருதல்:

தொடுதிரை கொண்ட பல மடிக்கணினிகள் இன்று சர்வ சாதரணமாகப் பயன்படுத்த முடிகின்ற காரணத்தில் மனிதக் கையெழுத்தை உணர்ந்து எழுத இச்சொற்செயலியில் வகை செய்யப்பட்டுள்ளது. ஆப்பிள் கூகுள் நிறுவன இயங்குதளங்களில் இச்சேவை இருந்தாலும் மைக்ரோசாப்ட்டின் சொற்செயலியின் கையெழுத்து உணரி விசைப்பலகை பயனர்களுக்குப் பல வசதிகளைக் கொடுக்கின்றது. பென்சில் பேனாவை வைத்துப் பயனர்கள் காகிதத்தில் எப்படி அடித்துத் திருத்தம் செய்வரோ அதே போல செய்கைகளைக் கொண்டே ஒருவரால் இக்கையெழுத்து உணரிகளைப் பயன் படுத்த முடியும், கையெழுத்து உணரியிலிருந்து தட்டச்சிற்கும் எளிதாக மாறலாம்.

இக்கையெழுத்து உணரியின் முக்கிய பாகம் வரைதல். மைக்ரோசாப்ட் சர்வேஸ்(*Microsoft surface*) அதற்குரிய எழுதுகோல் கொண்டு பல மென்பொருட்களில் வரைய இயலும் என்றாலும் பயனரின் எளிதான கிறுக்கல்களை முப்பரிமாண படங்களாக மாற்றுவதற்கான மென்பொருட்கள், ஊடாடு விளையாட்டுக்களாக மாற்றிக்கொள்ளக் கூடிய மென் பொருட்கள், கற்றல் கற்பித்தலுக்கான குறு அட்டைகள்(*flash cards, index cards*) தயாரிக்க எளிதாகின்றது. *Microsoft One note* என்ற மாணவர்களுக்கான மென்பொருள் மாணவர்கள் கையால் எழுதியும் வரைந்தும் குறிப்பு எடுக்க வழி செய்கின்றது.

சிறு சிறு நிரல்களையும் பயனர்கள் உருவாக்கக் கூட பயன்படுத்தப்படுகின்றது. தானாகவே பக்க எண்கள் இடுவது, தலைப்பு, அடிக் குறிப்பு, தேதிகள், நேரம் ஆகியவை குறுநிரல்களாகச் செய்யப்பட்டு பயனருக்குக் கிடைக்கின்றது. பயனர் தனக்கு விருப்பப்பட்ட செயல்களை அடிக்கடி செய்பவராயின் அவர் தனது செயல்களையே பதிவு செய்து ஒரு குறுநிரலாகச் சேமித்து வைத்துக் கொள்ளலாம். *Microsoft Macro* என்று தேடுபொறிகளிலும் வலையொளிகளிலும் தேடினால் அஃது ஒரு பயனருக்கு எவ்வளவு உதவியாக இருக்கும் என்பது புரியும். முக்கியமாகக் கல்வியாளர்களுக்கும், கணினி மாணவர்களுக்கும் இது ஒரு சிறந்த விளையாட்டு வழியில் கணினி நிரல்களைக் கற்றுக் கொள்ள வழி செய்யும்.

பல வகைச் சித்திரங்கள்:

ஏராளமான படங்கள் கோப்பு வகைகளில் கிடைக்கின்றது. மனித உருவங்கள், அவர்களின் முகபாவமும் கைகளின் அசைவும் தனித்தனி ஆவணமாகக் கொடுக்கப்பட்டிருப்பது, *Icon* என்ற முறையில் வரையபட்ட வடிவியல் படங்கள் எந்த அளவு வேண்டுமானாலும் மாற்றிக் கொள்ள இயலுகின்றது. முப்பரிமாணங்கள் செருகுவது என்று பல புதிய வசதிகளைக் கொடுக்கின்றது. மைக்ரோசாப்ட்டின் *3d builder, 3d painter* ஆகிய இரு இலவசமென்பொருட்களிலும் முப்பரிமாணப்படங்கள் பல இலவசமாகக் கிடைக்கின்றது. ஒரு

பயனர் தனக்குத் தேவையான எளிய முப்பரிமாண படங்களையும் மிக எளிதாக ஒரு பயனர் தயாரித்துக் கொள்ளலாம்,

அஞ்சல்:

ஒரு கடிதத்தையோ அல்லது சான்றிதழையோ தயாரித்து அந்த ஆவணத்தை மின்னஞ்சலில் பலருக்கு சிரமம் இன்றி அனுப்ப உதவுவதே அஞ்சல். பொதுவான கருத்தை உடைய ஆவணத்தில் பெயர்களின் பட்டியலையோ, அல்லது விலாச வில்லைகளையோ மிக எளிதாகப் பயன்படுத்த உதவுவதே அஞ்சல் உத்தரவின் வேலையாகும். அவ்வாறு தயாரிக்கப்பட்ட ஆவணங்களைக் கணினியிலேயே சரிபார்ப்பதும் இந்த பணியைக் கொண்டு செய்யலாம். தரவுகளை தரவுக் கோப்பாகவோ அல்லது ஓர் ஆவணமாகவோ பயன்படுத்திக் கொள்ளலாம். மின்னஞ்சலுடன் இணைந்து செயல்படும் போது அந்த ஆவணங்களை அப்படியே மின்னஞ்சலுக்கு நேரடியாக அனுப்பி விடலாம். இந்த முறையைக் கொண்டு அடையாள அட்டைகள், விலாச வில்லைகள், சான்றிதழ்கள் ஆகியவற்றை அமைத்து அச்சடித்தும் பயன்படுத்தலாம்.

வார்ப்புரு:

எல்லாக் கணினிகளிலும் ஏற்கனவே அலங்காரத்துடன் உருவான ஓர் ஆவணத்திற்குள் பயனரின் பொருண்மைகளை இடுவதற்கு வார்ப்புருக்களைப் பயன்படுத்தலாம். ஒவ்வொரு சொற்செயலியும் வார்ப்புரு பட்டியலை வைத்து இருந்தாலும் இதில் பலவித வார்ப்புருக்கள் கிடைக்கின்றன. வார்ப்புருக்களில் அடிப்படை அட்டவணையும், (tables) உள்ளடக்கங்களின் கட்டுப்பாடும் (content control) மிகவும் முக்கியத்துவம் வகிக்கின்றன. இவை இரண்டையும் பயன்படுத்தி பயனர் தனக்குத் தேவையான முறையில் ஓர் ஆவணத்தை உருவாக்கி அதை ஒரு வார்ப்புரு ஆவணமாக இணைத்து விட்டால், பலரிடம் அந்த ஆவணங்களைப் பகிர முடியும். பயனரும் அதை அடிக்கடி பயன்படுத்த இயலும். அட்டவணைகள், ஆவணத்தின் அமைப்பு மாறாமல் இருக்கவும், உள்ளடக்கக் கட்டுப்பாடுகள் எந்தெந்த உள்ளடக்கங்கள் ஆவணத்தில் எங்கு வர வேண்டும் என்றும் குறிப்பிட உதவும். வார்ப்புருவாக சேமிக்கப்பட்ட ஆவணத்தின் அடிப்படையில் எத்தனை ஆவணங்களை வேண்டுமானாலும் உருவாக்கலாம். நிறுவனங்கள் தங்களுக்கென்ற பிரத்யேக ஆவணங்களை உருவாக்க இவ்வார்ப்புருக்கள் உதவுகின்றன. **குறுநிரல்கள்**(Macro)என அழைக்கப்படும் குறுநிரல்கள் ஒவ்வொரு பயனரின் தேவையையும் வேலையையும் கொண்டு மாறுபடும். ஒரு பயனர் அடிக்கடி செய்யும் வேலைகளைக் குறுநிரல்களாகப் பதிவு செய்து அதை செயல்படுத்தி பயனரின் வேலையைக் குறைத்தல் சொற்செயலியின் ஒரு முக்கிய வேலையாகின்றது.

செயற்கை நுண்ணறிவு:

தற்போது கிளவுடு கணிமையோடு இணைந்து செயல்படுவதால் ஆவணங்களை அதுவே சேமிக்கும் பணியையும் செய்து விடுகின்றது. அதுதவிர மெய்ப்புப்பார்க்கும் பணி, எழுத்துப்பிழை, சந்திப்பிழை பார்ப்பதோடு இன்றைய சட்டதிட்டங்களுக்கு உட்பட்டு ஓர் ஆவணம் இருக்கின்றதா என்று பார்க்கவும், மெய்ப்புப் பணி செய்யவும் சொற்செயலியிலிருந்தே ஆராய்ச்சி செய்யவும் பயனரின் மற்ற ஆவணங்களில் உள்ள செய்திகளைத் தேடி எடுக்கவும் உதவி செய்கின்றது. முக்கியமாக தமிழில் குரல் வழி தட்டச்சு செய்ய முடிகின்றது ஆவணங்களை கணினியே ஆண், பெண் என இருகுரல்களில் வாசித்தும் காட்டுகின்றது.

பயிற்சிகள்:

1. சொற்செயலியின் பட வரிசையில் உள்ள *Icon* ஒன்றைத் தரமிறக்கிக் கொள்ளவும்

9) அதை வலது பக்கம் சொடுக்கினால் *ungroup* எனக் காண்பிக்கும். அப்படி *ungroup* செய்யும் போது அது தனித் தனி வடிவங்களைக் கொண்டு அமைக்கப்பட்டு இருப்பதைக் காட்டும். அதேபோல *shapes* என்ற பட்டியில் உள்ள வடிவங்களை வைத்துச் செய்துப் பார்க்கவும்.

2. ஒரு வார்ப்புரு ஆவணத்தை தரமிறக்கி அந்த ஆவணம் எவ்வாறு அமைக்கப்பட்டு இருக்கின்றது என்று பார்க்கவும். அவை ஒரு அட்டவணையின் அடிப்படையிலேயே பெரும்பாலும் அமைக்கப்பட்டு இருக்கும்.. அட்டவணையை வலது பக்கம் சொடுக்கி *format table* என்று சென்று *all borders* என்று கொடுத்தால் அட்டவணை அமைப்பு தெரியும்.

4. திறவூற்றுத் தொழில்நுட்பமும் தமிழ்க் கணிமையும்

இன்று வர்த்தகப் பயன்பாட்டுப் பணிகளில் விண்டோஸ் இயங்குதளமும் கூகுள் இயங்குதளமும் தான் பெரும்பாலும் இருக்கின்றன. கூகுள் ஆவணங்களுக்கும் இதே நிலை தான். இணையம் வழி இணைந்திருந்தால் மட்டுமே இந்த ஆவணங்களை முழுமையாகப் பயன்படுத்த முடியும். முக்கியமாக்க கணினி இணையத்தில் இணைந்திருந்தால் மட்டுமே செயலிகள் ஒழுங்காக வேலை செய்கின்றன. லிப்ரே இம்ப்ரெஸ் கணினியாளர்களின் ஒரு தன்னார்வத்தால் உருவானது. அதனால் அதை மேலும் மேலும் வியாபார நோக்கில் பயன்படுத்த எவரும் முன்வருவதும் இல்லை. எனினும் கணினிநிரலர், மாணவர்கள், நிரலர் மொழிகள் கொண்டு தங்களுக்குத் தேவையான படி இந்தச் சொற்செயலி மென் பொருளை வைத்துக் கொள்ள முடியும் என்பது ஒரு சிறப்பு. இத் தொழில்நுட்பம் கல்விக் கட்டமைப்பில் உள்ள ஒவ்வொருவருக்கும் ஒரு வரப்பிரசாதம் ஆகும். அதே சமயம் அதன் தனிச்சிறப்புகளை அலசி ஆராய்ந்து தெரிந்து கொண்டால், அந்த சிறப்பு அம்சங்களைக் கொண்டு வர முடியும்.

ஆனால் இவற்றைச் சரியாகப் பயன்படுத்த வேண்டுமென்றால், வருடத்திற்கு ஒரு முறை சந்தாவோ, மாத சந்தாவோ கட்டவேண்டும். தனி மனித சேவை கூகுள் இலவசமாக இருந்தாலும் பல முக்கிய வசதிகளைப் பெற சந்தாதாரகள் ஆக வேண்டிய கட்டாயம் உள்ளது, ஆவணத்தின் பல சிறப்பு அம்சங்களைப் பெற சில செருகிகளைப் பயன்படுத்த வேண்டிய இருக்கின்றது. ஆனால் அச்செருகிகள் கூகுளின் செயல்திறனின் வேகத்திற்கு ஒப்ப அவ்வப் போது மெருகேற்றப்படுகின்றதா என்று கேட்டால் கிடையாது. ஏன் எனில் அஃது ஒரு தனி நிரலரால் உருவாக்கப்பட்டதாக இருக்கும். அவர்கள் ஒரு காரணத்தால் அச்செருகியை உருவாக்கி விட்டு அதன்பின் அதை மீண்டும் மேம்படுத்தாமல் விட்டு விடலாம். அப்படி மேம்பாடு செய்யப்படும் செருகிகளும் சந்தாதார்களையே ஊக்குவிக்கின்றனர்,. சில சமயங்களில் பல நாட்டுச் சட்டங்களுக்காகக் கூகுள் தன் சேவைகளை மாற்றிக் கொள்ளலாம். சான்றாக ஓர் ஆவணத்தில் பொதுவாகப் பயன்படுத்தாத ஓர் எழுத்துருவைப் பயன் படுத்தி தயாரித்து இருக்க, இணையத்தில் இணைந்து இல்லாத எழுத்துருக்கள் திரையில் தெரியாது. அதனால் அதீதக் குழப்பம் தான் உருவாகும்.

இன்று செயற்கை நுண்ணறிவுகள் வளர்ந்து வருகின்ற காலக்கட்டத்தில் இவ்வியாபார நோக்கமுள்ள தொழில்நுட்பங்களைச் சார்ந்து இருப்பது தமிழ் மொழி வளர்ச்சிக்குத் தடையாக அமையக் கூடும். மேலும் தொழில்நுட்பம் வளர வளர இவ்வியாபார நிறுவனங்களும் திறவூற்று நிரலர் கூட்டமைப்பான *Github* இல் அங்கத்தினராக இணைந்து செயல்படுகின்றனர். திறவூற்றுத் தொழில்நுட்ப அடிப்படையில் உருவாக்கப்படும் நிரல்களுக்கு பலவேறுவகையான உரிமங்கள் உண்டு. இந்த உரிமங்களைப் பயன்படுத்தியே தங்கள் தொழில்நுட்பச் சூழலை அசுர வேகத்தில் பயன் படுத்தி வருகின்றனர்,

எனவே கணினித் துறை மாணவர்கள் தங்களின் நிரல் பயிற்சியாக திறவூற்று மென் பொருட்களை எடுத்துத் தங்களின் நிரலர் அனுபவத்தைக் கொண்டு தங்களுக்குத் தேவையான வசதிகளைத் தாங்களே உருவாக்கிக் கொள்ளலாம். சந்தையிலிருக்கும் வர்த்தக மென்பொருட்களை உதாரணத்திற்கு எடுத்துக் கொண்டு திறவூற்றுத் தொழில்நுட்பத்தை

மேம்பட வைப்பதினால் அவர்களின் கணினி அனுபவம் அதிகரிக்கும். ஒரு கூட்டமைப்பான சர்வதேசப் பணிச்சூழலில் பணி செய்யும் வாய்ப்பும் கிடைக்கும். தமிழ்க் கணிமையின் பயன்பாட்டாளர்கள் அதிகரிக்க அதிகரிக்க, தமிழ்க் கணினி வல்லுநர்களின் தேவையும் அதிகரிக்கும். இன்று கூகுள் , மைக்ரோசாப்ட் நிறுவனங்களைச் சார்ந்து பல சிறுசிறு நிறுவனங்கள் இயங்குவது போல, தமிழ்க் கணிமையைச் சார்ந்த சுய வேலைவாய்ப்புகள் பெருகுவதற்கு அதிக வாய்ப்பு உண்டு.

திறவூற்றுத் தொகுப்பாகக் கிடைக்கும் மென்பொருட்களின் மூல நிரல்களை பெறுவது எளிது. அம்மென்பொருட்களைத் தரவிறக்கம் செய்யும் தளங்களிலும் *Github* என்றத் தளத்திலும் கிடைக்கும். *Github* என்பது ஒரு நிரலர்களின் கூட்டமைப்பாகும். இந்த அமைப்பு நிரலர்களுக்கு ஒரு பெரிய களஞ்சியமாக விளங்குகின்றது. இன்றைய அளவில் உலகில் உள்ள பல்வேறு நிறுவனங்களும் இதில் இணைந்து நிரல்களைப் பயன்படுத்தவும் உருவாக்கவும் செய்கின்றனர். ஒவ்வோரு மென்பொருளின் பதிப்புக்களும் கூட்டமைப்பாகச் செயல்படும் ஒரு வழிமுறையும் இங்கு கிடைப்பதால் இத்தளம் மாணவர்களின் வேலை வாய்ப்பிற்கும் உதவி செய்கின்றது.

பயிற்சிகள்:

1. கணினி நிரலர்களிக்கான சூழல்கள் மைக்ரோசாப்ட் சொற்செயலியின் சூழலிலும் லிப்ரே ஆஃபீஸ் சூழலுலும் எவ்வாறு உள்ளது என்பதை *developer* பட்டியைத் திறந்து செய்து பார்க்கவும்

2. *Record macro* என்றால் என்ன ? அது மைக்ரோசாப்ட் செயலியில் எவ்வாறு செயலியில் எவ்வாறு உள்ளது என்பதைக் கண்டறிந்து செயல் படுத்திப் பார்க்கவும். அதே போல லிப்ரே ஆஃபீஸ் செயலியிலும் கூகுள் ஆவணத்திலும் செய்ய இயலுமா?

3. ஒரு சொற்செயலியில் *content control* ஐ உருவாக்குவது என்றால் என்ன? அதை எப்படிச் செய்வது?